HẠNH PHÚC
KHẮP QUANH TA

HẠNH PHÚC KHẮP QUANH TA
NGUYÊN MINH

Bản quyền thuộc về tác giả và Nhà xuất bản Liên Phật Hội (United Buddhist Publisher - UBP).

Copyright © 2019 by United Buddhist Publisher
ISBN-13: 978-1-0907-1158-8
ISBN-10: 1-0907-1158-1

© All rights reserved. No part of this book may be reproduced by any means without prior written permission from the publisher.

NGUYỄN MINH

HẠNH PHÚC KHẮP QUANH TA

UNITED BUDDHIST PUBLISHER
NHÀ XUẤT BẢN LIÊN PHẬT HỘI

LỜI NÓI ĐẦU

Một trong những khái niệm khó nắm bắt nhất trong ngôn ngữ loài người có lẽ là khái niệm về hạnh phúc. Dù đã tốn hao rất nhiều giấy mực với chủ đề này từ xưa nay, chúng ta vẫn chưa bao giờ - và sẽ không bao giờ - đạt đến một sự mô tả cụ thể về nó. Nhưng thật không may, cho dù chẳng bao giờ có thể hiểu hết về nó, đây lại chính là mục tiêu theo đuổi của con người trong bất cứ thời đại nào. Mọi nỗ lực của chúng ta trong tất cả các lãnh vực nghiên cứu, xây dựng, rèn luyện... chung quy cũng đều là nhắm đến một đời sống hạnh phúc cho con người, cho dù trong phần lớn các trường hợp thì mục tiêu ấy chỉ như một cái bóng xa vời phía trước. Ngay cả khi con người đánh giết lẫn nhau trong những cuộc thế chiến, thì mục tiêu mà họ nêu ra vẫn là để có được cuộc sống hạnh phúc, cho dù điều họ đang làm chính là gây ra những nỗi thống khổ cùng cực cho nhau.

Nhìn từ những góc độ sâu xa, trừu tượng hơn, triết học và tôn giáo cũng là những phương tiện mà con người mong muốn có thể sử dụng để đạt đến hạnh phúc. Không có mục tiêu này đề ra phía trước, mọi sự suy tưởng hay giáo hóa, tu tập quả thật cũng không còn có ý nghĩa gì. Tuy nhiên, với những triết thuyết hay tôn giáo khác nhau, sự khác biệt có thể chỉ ra được chăng chính là xuất phát từ những cách hiểu khác nhau về hạnh phúc.

Quay về với cuộc sống hằng ngày của mỗi chúng ta, hạnh phúc được tiếp cận một cách giản dị hơn, như là những khoảnh khắc - thường là ngắn ngủi - mà ta cảm thấy hài lòng, thỏa mãn với hiện tại, với những gì hiện có hoặc đang xảy đến với ta. Tuy nhiên, cho dù chúng ta luôn nỗ lực để có được thật nhiều những giây phút như thế, thì có vẻ như chúng lại chỉ đến với ta một cách bất chợt, tùy tiện không theo như mong muốn. Trong tiếng Anh, từ "happy" được dùng để chỉ trạng thái vui vẻ hay hạnh phúc vốn được bắt nguồn ở từ "happ" trong tiếng Iceland có nghĩa là "may mắn" hay "tình cờ". Phải chăng điều này cũng thể hiện một cách nhìn về hạnh phúc, như một tính chất bí ẩn mà hầu hết chúng ta đều có thể cảm nhận được?

Thật ra, chúng ta có thể nào đạt đến cuộc sống hạnh phúc bằng vào những nỗ lực tự thân theo một cách nào đó mà không phải phụ thuộc vào yếu tố may mắn, thời vận hay chăng? Câu hỏi này quả thật không dễ trả lời. Và càng không dễ tiếp nhận nếu như quả thật có được một giải pháp cho vấn đề.

Trong sách này, chúng tôi cố gắng phân tích và giới thiệu một số những phương thức nhằm giúp mỗi người chúng ta có thể nỗ lực vượt qua được những bế tắc của chính mình do thói quen lâu ngày tạo ra và hướng đến một đời sống an vui hạnh phúc. Nói cách khác, chúng ta sẽ không đi tìm một lời giải thích, một định nghĩa cụ thể cho khái niệm hạnh phúc là gì, mà sẽ cố gắng tìm hiểu xem bằng cách nào để có thể đạt được và cảm nhận hạnh phúc ngay trong từng giây phút của cuộc sống này. Và như thế, mỗi người chúng ta sẽ tự mình hiểu được hạnh phúc là gì mà không cần thiết phải thông qua sự mô tả khô khan và hạn chế của ngôn ngữ.

Điều không thể phủ nhận được là, vấn đề nêu lên ở đây thật vô cùng phức tạp và rộng lớn, bản thân người viết lại có những giới hạn nhất định về trình độ và nhận thức, nên chắc chắn không thể tránh khỏi ít nhiều sai sót. Kính mong các bậc cao minh rộng lòng chỉ giáo và độc giả gần xa niệm tình lượng thứ.

Mùa xuân, 2004.
NGUYÊN MINH

CUỘC SỐNG QUANH TA

HẠNH PHÚC CHO MỌI NGƯỜI

Có ai đó đã từng nói rằng: "Hạnh phúc là sự vắng mặt của những khổ đau." Câu nói này có vẻ như thật dễ chấp nhận mà không gây ra bất cứ sự tranh cãi nào, bởi nó thể hiện một cách rõ ràng tính cách tương đối của cuộc sống mà không ai trong chúng ta lại không dễ dàng nhận thấy.

Nhưng nếu nhìn sâu vào vấn đề, phát biểu nêu trên quả thật chẳng mang lại chút ý nghĩa tích cực nào, bởi nó hoàn toàn mang tính cách của một nhận xét bàng quan. Hơn thế nữa, nhận xét trên còn có thể xem là hết sức bi quan khi có vẻ như người nói đã mặc nhiên chấp nhận một sự thật không mong muốn. Từ cách nhìn này, người ta chỉ có thể mong đợi những phút giây gọi là hạnh phúc nhưng hoàn toàn không biết được chúng từ đâu đến hoặc có thể đạt được chúng như thế nào. Tuy nhiên, điều không may là tính chất tiêu cực và bi quan này lại dường như mô tả đúng với những gì đang diễn ra trong cuộc sống của hầu hết chúng ta.

Thật ra, những điều nêu trên hoàn toàn có những nguyên nhân sâu xa của nó. Một khi chúng ta không làm chủ được chính mình trong mỗi tư tưởng và hành động, thì tính chất tùy tiện, phụ thuộc vào thời vận của những gì mà chúng ta nhận được là điều tất nhiên không sao tránh khỏi.

Nhìn từ khía cạnh vật chất, chúng ta sẽ dễ dàng nhận rõ vấn đề hơn. Khi bạn thực hiện một công việc mà không nắm chắc được sẽ làm như thế nào, cũng không nắm chắc được các yếu tố tác động vào công việc, điều tất nhiên là bạn không thể biết chắc được về kết quả công việc. Chẳng hạn, một nông dân không thể biết chắc việc thu hoạch sẽ ra sao nếu không hiểu rõ về phương pháp chăm sóc cho từng loại cây trồng, không hiểu rõ về giống cây trồng, về thời tiết, đất đai... và tất cả những yếu tố liên quan đến vụ mùa.

Về mặt tinh thần, vấn đề có thể là trừu tượng, khó nắm bắt hơn, nhưng cũng tương tự như thế. Mỗi một tư tưởng, hành vi khác nhau của chúng ta mang lại những kết quả khác nhau cho tinh thần, tác động khác nhau đến tâm trạng của chúng ta. Nếu chúng ta không hiểu rõ hoặc không quan tâm đến điều này, những gì chúng ta đạt đến về mặt tinh thần tất nhiên là sẽ không sao nắm chắc được, cũng như chúng ta sẽ chẳng bao giờ có thể làm chủ được tâm trạng của mình.

Từ rất xa xưa, những trí tuệ lớn của nhân loại đều đã sớm nhận ra điều này. Vấn đề mà các bậc thầy về tư tưởng đã để lại cho chúng ta không phải là cách thức làm sao để tạo ra được nhiều của cải vật chất, tiền tài danh vọng... mà là những phương thức để có thể tự chế phục được chính mình, hiểu rõ và nắm chắc được những gì mình làm. Bởi vì, các vị ấy biết rõ rằng chỉ bằng cách này con người mới có thể đạt được hạnh phúc thật sự trong cuộc sống. Khổng tử nói: "Thắng được người khác là có trí, thắng được chính mình mới là mạnh mẽ." (Thắng nhân giả trí, tự thắng giả cường.) Trong kinh Pháp cú, đức Phật dạy:

"Dù ở bãi chiến trường,
Thắng ngàn ngàn quân địch,
Không bằng tự thắng mình,
Thật chiến thắng tối thượng."

Tất cả các tôn giáo đều dạy người "làm lành, lánh dữ". Điều này như một nguyên tắc căn bản nhất để đạt đến cuộc sống tinh thần tốt đẹp hơn, cho dù mỗi người có thể hiểu mục đích của việc này theo cách không giống nhau. Tuy nhiên, hầu hết chúng ta đều chỉ nghĩ đến những kết quả xa xôi trong tương lai mà ít khi thấy được rằng chính những gì đạt được trong hiện tại mới là dụng ý của người xưa.

Sự phân biệt "lành" và "dữ" là một cách phân chia rõ nét và dễ hiểu nhất để chỉ rõ những gì là "có lợi" và "có hại" cho tinh thần. Khi chúng ta làm một việc lành, tâm hồn chúng ta thanh thản, an vui. Khi chúng ta làm một điều ác, trong lòng chúng ta bứt rứt bất an. Mức độ tác động cụ thể của từng sự việc có thể khác nhau, nhưng về mặt nguyên tắc chung, chúng ta có thể hiểu nôm na về những điều lành, điều dữ là như thế. Điều lành giúp ta đạt đến tâm hồn thanh thản, nghĩa là có lợi. Ngược lại, điều dữ dẫn ta đến tâm trạng nặng nề, bất an, nghĩa là có hại.

Nhưng nói như thế là chúng ta đã đơn giản hóa vấn đề để cho mọi việc trở nên dễ hiểu. Trong thực tế, những hành vi, tư tưởng của chúng ta phức tạp hơn nhiều, và có vô số những sự việc, ý tưởng mà chúng ta có thể sẽ băn khoăn không biết nên xem là lành hay dữ, hoặc thậm chí có thể là chẳng thuộc về bên nào cả. Nói cách khác, ta không xác định được chúng là có lợi hay có hại cho ta về mặt tinh thần.

Khi chúng ta hiểu đúng về tác động của mỗi hành vi, tư tưởng đối với tinh thần, tâm trạng của chúng ta, đồng thời làm chủ được mọi hành vi, tư tưởng của mình, chúng ta sẽ có thể chọn lọc chỉ suy nghĩ và làm những gì có lợi. Và điều đó tất yếu sẽ mang lại cho chúng ta một tâm trạng an vui, hạnh phúc.

Nguyên tắc này nghe có vẻ vô cùng đơn giản, nhưng việc thực hiện thật ra không đơn giản chút nào. Để hiểu đúng về tất cả những hành vi, tư tưởng và tác động của chúng, ta cần có một trí tuệ sáng suốt và quá trình học hỏi không ngừng. Để làm chủ được mọi hành vi, tư tưởng của chính mình, ta cần có một ý chí mạnh mẽ và quá trình rèn luyện lâu dài. Hai yếu tố này sẽ đòi hỏi nỗ lực của cả một đời người để vươn đến. Nhưng chúng mang lại những kết quả tốt đẹp cho mỗi chúng ta ngay trong quá trình học hỏi và rèn luyện, vì thế chúng hoàn toàn xứng đáng để ta theo đuổi.

Nhưng tính chất đơn giản của vấn đề như vừa nêu trên cho chúng ta thấy được là bất cứ ai trong chúng ta cũng có quyền hướng đến một cuộc sống hạnh phúc. Và điều đó hoàn toàn không phụ thuộc vào xuất thân của mỗi người. Người giàu và người nghèo, da màu hay da trắng, tôn giáo này hay tôn giáo khác... tất cả đều có cơ hội như nhau trong việc đạt đến hạnh phúc trong cuộc sống. Bởi vì, như chúng ta đã thấy, những yếu tố để có được hạnh phúc luôn sẵn có nơi mỗi con người. Vấn đề chỉ là chúng ta có biết vận dụng để theo đuổi mục đích này hay không mà thôi.

Những gì chúng ta sẽ bàn đến trong tập sách này sẽ không đi ngoài nguyên tắc trên. Nhưng chúng ta sẽ xem xét đến từng khía cạnh một cách cụ thể, sao cho nó có thể thực sự trở thành vấn đề của mỗi người trong tất cả chúng ta mà không phải là một cái gì đó quá xa vời. Chúng ta sẽ tìm hiểu một cách chi tiết về việc những tư tưởng, hành vi sẽ chi phối như thế nào đến yếu tố tinh thần, tâm trạng của chúng ta. Chúng ta sẽ bàn đến những phương thức có thể vận dụng để rèn luyện, chế phục thân tâm, giúp chúng ta dần dần đạt đến sự tự chủ hoàn toàn trong mọi hành vi, tư tưởng của chính mình. Nhưng quan trọng hơn hết, chúng ta sẽ nhận rõ một điều là mọi nguyên tắc hay phương thức được nêu ra vẫn chỉ là lý thuyết, và việc thực hành để đạt đến kết quả cụ thể vẫn là công việc của mỗi người.

Cuộc sống ngắn ngủi của chúng ta đang trôi qua. Mỗi

giây phút đều có hàng ngàn con người được sinh ra trong thế giới này. Một số trong đó chỉ sống được vài ngày hay vài tuần rồi chết đi vì bệnh tật hay những điều không may khác. Một số khác sẽ có một đời sống lâu dài hơn, nếm trải đủ các mùi vị mà cuộc sống mang lại: thành công, thất bại, niềm vui, nỗi buồn, oán hận, yêu thương... Nhưng cho dù chúng ta có sống trong một ngày hay kéo dài một thế kỷ thì vấn đề trọng tâm vẫn luôn đặt ra là: Mục đích của đời sống là gì? Sống như thế nào mới là có ý nghĩa?

Như trên đã nói, hạnh phúc không phải là một đặc ân dành riêng cho bất cứ ai, mà là một món quà đi kèm theo với đời sống của tất cả chúng ta. Mỗi người đều có thể đạt đến và cảm nhận được hạnh phúc chân thật trong cuộc sống quý giá này, miễn là chúng ta thực sự mong muốn điều đó và có nỗ lực đúng hướng. Sống và tận hưởng mọi giá trị chân thật của đời sống, đó chính là tất cả những gì mà mỗi người trong chúng ta đều nhắm đến.

NIỀM VUI - NỖI BUỒN

Chúng ta vui hay buồn, hài lòng, thỏa mãn hay buồn bực, bất mãn, những điều ấy có vẻ như hoàn toàn phụ thuộc vào những gì mà chúng ta đạt được trong cuộc sống. Những gì chúng ta mong muốn và những gì chúng ta thực sự có được dường như chính là yếu tố quyết định tâm trạng của chúng ta.

Tôi nói dường như, là bởi vì hầu hết mọi người đều tưởng là như thế. Trong nghề nghiệp, chúng ta mong muốn có thu nhập cao. Một sự tăng lương bất ngờ có thể sẽ làm ta vui sướng, hài lòng. Chúng ta mong muốn một chiếc xe mới. Khi dành dụm đủ để thực sự mua được nó, chúng ta vui sướng, thỏa mãn... Nhiều và rất nhiều những chuyện tương tự như thế có thể kể ra trong cuộc sống của mỗi chúng ta, và những giây phút vui sướng, thỏa mãn theo cách đó thì dù ít hay nhiều mỗi chúng ta đều đã từng nếm trải.

Tương tự như thế, chúng ta buồn bực, bất mãn khi sự việc diễn ra không như mong muốn. Tài sản mất mát, thất nghiệp, thi hỏng... đều có thể là những nguyên nhân mang lại đau buồn cho chúng ta. Và cứ như thế, niềm vui, nỗi buồn của chúng ta gắn chặt với những gì xảy đến cho ta trong đời sống.

Nhưng vấn đề sẽ khác đi nếu chúng ta thử nhìn lại và phân tích mọi việc trong một toàn cảnh, với một cái nhìn khách quan và bao quát. Mỗi một niềm vui theo cách như trên đều không bao giờ kéo dài mãi mãi. Bạn sẽ vui vẻ được bao lâu sau ngày được tăng lương? Có thể một vài ngày... hoặc một vài tuần, nhưng chắc chắn không thể là mãi mãi. Bạn sẽ buồn bực bao lâu sau khi thi hỏng? Có thể là một vài tuần... hoặc một vài tháng, nhưng cũng chắc chắn không thể là mãi mãi. Vì thế, phương thức tác động của những sự việc làm cho chúng ta vui hay buồn có thể mô tả tương tự như những gợn sóng lan ra khi chúng ta ném một hòn sỏi xuống mặt nước phẳng lặng. Ta nhìn thấy chúng trong một thời gian rồi mất dần, mất dần. Cuối cùng, mặt nước sẽ trở lại với trạng thái phẳng lặng ban đầu.

Mỗi người chúng ta đều có một mặt nước phẳng lặng trong tâm hồn để trở lại sau những vui buồn xôn xao trong cuộc sống. Đây là trạng thái tâm hồn của mỗi chúng ta vào những lúc "không vui không buồn". Trong giao tiếp, ta vẫn thường dễ dàng nhận ra điều này và gọi đó là "tính nết", là "bản chất"... mặc dù những từ này chưa phải là chính xác. Có những người bản chất lạc quan, vui vẻ, gặp ai cũng sẵn sàng nở rộng nụ cười làm quen; ngược lại, có những người bản chất cau có, gắt gỏng, dù không có nguyên nhân gì cũng dễ dàng nặng lời với người khác...

Nếu chúng ta dành thời gian để quan sát từng người quen của mình, ta sẽ thấy mỗi người đều có một "bản chất" khác nhau, không ai giống ai. Cũng chính do nơi sự khác biệt về "bản chất" này mà mỗi người chịu sự tác động khác nhau từ những sự kiện trong đời sống. Cùng một sự việc như nhau có thể làm cho một người này đau buồn, suy sụp nghiêm trọng trong khi với một người khác lại có thể dễ dàng vượt qua trong thời gian rất ngắn.

Tác động của những sự kiện khác nhau trong đời sống đối với chúng ta là điều có thật, nhưng đó không phải là tất cả. Và chúng ta cũng đã xét đến mối tương quan giữa tác động của sự việc với cái tạm gọi là "bản chất" của mỗi người. Tác động của sự kiện chỉ là tạm thời, và hầu hết những sự kiện xảy ra liên quan đến rất nhiều yếu tố không nằm trong sự chủ động của chúng ta. Trong khi đó, bản chất là yếu tố thường tồn trong mỗi chúng ta và ta có thể làm chủ được nó.

Vì thế, vấn đề thiết thực nhất đối với chúng ta là thay đổi bản chất chứ không thể đòi hỏi thay đổi sự kiện.

Các nghiên cứu gần đây cho thấy dường như có sự tác động của yếu tố di truyền đến bản chất tự nhiên của mỗi người. Người ta đưa ra nhận xét này khi khảo sát nhiều cặp song sinh với các điều kiện nuôi dưỡng và môi trường xã hội hoàn toàn khác biệt nhau nhưng vẫn có những nét rất giống nhau về bản chất. Tuy nhiên, vẫn chưa có một kết quả nghiên cứu chính thức cụ thể nào về sự việc. Và ngay cả khi yếu tố di truyền có một tác động nhất định nào đó đến bản chất con người, thì đó cũng chỉ là một trong rất nhiều yếu tố khác. Trong số các yếu tố đó, quan điểm sống được hình thành từ các điều kiện giáo dục và môi trường sống đóng một vai trò quan trọng. Và quan trọng hơn nữa là những tác động có định hướng mà chúng ta có thể thực hiện bằng vào những phương thức rèn luyện, tu dưỡng để hoàn thiện bản chất của chính mình. Chúng ta sẽ trở lại vấn đề này trong một chương khác.

KHUYNH HƯỚNG SO SÁNH

Sự hài lòng, thỏa mãn của chúng ta trong cuộc sống không chỉ chịu ảnh hưởng đơn thuần từ tính chất của sự việc xảy đến cho ta. Có những người hài lòng với mức lương tháng 800.000 đồng, trong khi có những người khác lại không hài lòng với mức lương 2 triệu mỗi tháng. Vậy những yếu tố nào tác động đến nhận thức và mức độ thỏa mãn của chúng ta?

Cảm giác hài lòng của chúng ta chịu ảnh hưởng rất mạnh mẽ bởi khuynh hướng so sánh hai sự việc. Khi chúng ta so sánh tình trạng hiện tại với quá khứ và thấy là tốt hơn, chúng ta thấy vui thích. Chúng ta cũng thường chú ý đến chung quanh và so sánh với những người khác. Bất kể là chúng ta thu nhập đến mức nào, chúng ta thường có khuynh hướng không hài lòng nếu như những người quanh ta có thu nhập cao hơn. Chúng ta đọc thấy trên báo chí có những cầu thủ bóng đá than phiền một cách cay đắng về mức lương hàng năm là 1 triệu, 2 triệu hay đến 3 triệu đô-la, vì họ so sánh với mức lương cao hơn của những đồng đội khác. Khuynh hướng này có vẻ như làm rõ thêm định nghĩa khôi hài nhưng chính xác của H. L. Mencken về một người đàn ông giàu có: đó là người có thu nhập hằng năm cao hơn 100 đô-la so với người anh em bạn rể của mình!

Nhận ra được điều này, chúng ta có thể loại bỏ được phần lớn những trường hợp không hài lòng trong cuộc sống chỉ bằng vào việc thay đổi khuynh hướng so sánh của mình. Dân gian có một câu nói rất hay thể hiện được triết lý này: "Nhìn lên tuy chẳng bằng ai, nhìn xuống chẳng ai bằng mình."

Một thực tế là, cho dù chúng ta đang ở nấc thang nào trong xã hội, cũng có không ít người kém may mắn hơn ta.

17

Nhận ra được điều này sẽ giúp chúng ta hài lòng với những thành quả hiện tại mang lại do chính những nỗ lực của mình. Ngược lại, nếu ngước nhìn lên chúng ta cũng sẽ thấy không ít những người giàu có, địa vị, quyền thế... hơn ta. Nếu chúng ta hiểu được đó là một thực tế hiển nhiên, chúng ta sẽ không so sánh bản thân mình với những người ấy để rồi cảm thấy bất mãn, không hài lòng. Tất nhiên, cách hiểu này không phải là lý do để chúng ta từ bỏ những nỗ lực hoàn thiện chính mình và vươn lên trong cuộc sống, mà chỉ là giúp ta từ bỏ một khuynh hướng so sánh vô bổ vốn thường là nguyên nhân cướp mất của ta rất nhiều giây phút vui tươi trong cuộc sống.

HẠNH PHÚC ĐẾN TỪ ĐÂU?

Với những điều vừa phân tích, chúng ta đã thấy rõ hai yếu tố mang lại trạng thái hạnh phúc cho mỗi người. Đó là yếu tố tác động từ ngoại cảnh và yếu tố tiếp nhận từ nội tâm. Chúng ta cũng thấy rằng yếu tố nội tâm đóng vai trò quan trọng hơn, vì chúng ta có thể chủ động rèn luyện để thay đổi theo hướng tốt hơn, đồng thời cũng là yếu tố có ảnh hưởng liên tục và lâu dài đến trạng thái tâm hồn của chúng ta. Khi hoàn thiện nội tâm đến một mức độ nào đó, chúng ta có thể giữ được tâm trạng an vui hạnh phúc trong bất cứ hoàn cảnh nào, ngay cả trước những biến cố bất lợi nghiêm trọng nhất.

Tuy nhiên, đối với hầu hết chúng ta thì tác động của ngoại cảnh ở một mức độ nào đó là không thể phủ nhận. Vì thế, để có được cuộc sống hạnh phúc chúng ta cần có được những điều kiện ngoại cảnh thuận lợi nhất định. Chẳng hạn, chúng ta cần có sức khỏe tốt, điều kiện mưu sinh ổn định tối thiểu, môi trường tình cảm tốt đẹp với thân quyến, bạn hữu. Tất cả những yếu tố đó đều góp phần trong việc mang lại cho ta một cuộc sống hạnh phúc, và chúng không tự nhiên có được mà đòi hỏi sự nỗ lực xây dựng của chúng ta. Nhưng trong mối tương quan với yếu tố nội tâm thì tất cả những điều đó đều phải được xem là thứ yếu. Vì thế, chúng ta cần phải chú trọng nhiều hơn đến sự rèn luyện, tu dưỡng tinh thần.

Nếu chúng ta biết vận dụng đúng hướng những gì mình có, chúng ta chắc chắn có thể đạt đến một cuộc sống hạnh phúc hơn. Chẳng hạn, việc chia sẻ khó khăn với những người chung quanh, giúp đỡ người hoạn nạn, nghèo khó có thể làm chúng ta mất đi phần nào của cải vật chất, nhưng mang lại cho chúng ta những giá trị tinh thần cao quý hơn, góp phần làm cho ta có được cảm giác thanh thản an vui hơn. Mặt khác, tài sản của cải dù tích lũy nhiều đến đâu cũng sẽ chẳng có ích gì nếu chúng ta triền miên sống trong hận thù, căm ghét... Trong trường hợp này, sự giàu có không thể giúp chúng ta được an vui thanh thản chút nào.

Sự an ổn trong tâm hồn là yếu tố quan trọng hàng đầu để có được một cuộc sống an vui hạnh phúc. Như đã nói trong một phần trước đây, việc "làm lành, lánh dữ" chính là một nguyên tắc căn bản bước đầu giúp chúng ta dần dần đạt đến sự hoàn thiện tâm hồn. Thông thường, chúng ta có thể diễn đạt quá trình này một cách cụ thể như sau:

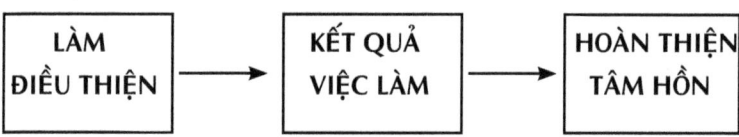

Cách hiểu này không sai, nhưng nó chưa thực sự chính xác. Chúng ta nên hiểu theo như cách diễn đạt sau đây:

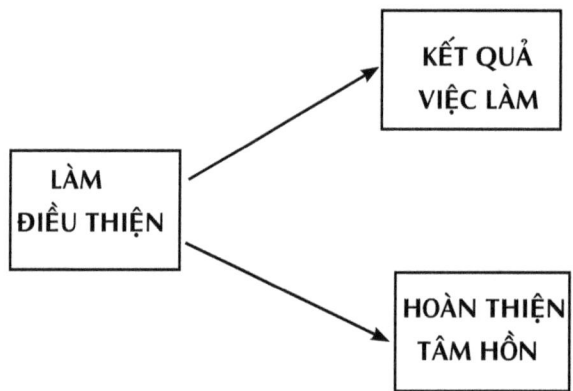

Khác biệt cơ bản trong hai cách hiểu này là ở chỗ, việc làm điều thiện như một phương thức trực tiếp giúp chúng ta đạt được sự hoàn thiện tâm hồn, không nhất thiết phụ thuộc vào kết quả của việc làm đó. Điều này giải thích ý nghĩa của những việc thiện dù nhỏ nhặt nhưng mang lại hiệu quả lớn lao, trong khi có những việc nhìn vào tưởng như rất to tát lại chẳng có ý nghĩa bao nhiêu. Ý nghĩa việc làm phụ thuộc vào tâm ý, vào lòng tốt của chúng ta khi thực hiện sự việc. Theo cách hiểu này, sự hoàn thiện tâm hồn chính là mục tiêu nhắm đến khi chúng ta làm một việc thiện. Tất nhiên là việc làm ấy đồng thời cũng mang lại một kết quả vật chất cụ thể nào đó, nhưng điều đó không nhất thiết ảnh hưởng đến sự hoàn thiện tâm hồn của chúng ta.

Như đã nói, việc "làm lành, lánh dữ" chính là một nguyên tắc bước đầu cơ bản nhất. Tuy nhiên, đó chưa phải là tất cả những gì chúng ta cần biết trong việc hoàn thiện tâm hồn. Để tiến xa hơn nữa, chúng ta cần tìm hiểu những phương thức chế phục, rèn luyện tâm ý để có thể đạt đến một trạng thái tâm hồn thanh thản an vui trong bất cứ hoàn cảnh nào. Tất nhiên, đó là một mục tiêu đặt ra trong quá trình vươn lên, nhưng đạt được đến đâu thì điều đó còn tùy thuộc vào sự nỗ lực tự thân của mỗi người.

LÒNG HAM MUỐN
VÀ SỰ HOÀN THIỆN

Lòng ham muốn là một trong những động lực chính trong cuộc sống bình thường của mỗi chúng ta. Nhưng cũng giống như bất cứ loại năng lượng nào khác trong đời sống, nó cần phải được kiểm soát và định hướng. Khi bạn điều khiển một chiếc xe, sức mạnh của động cơ là một ưu điểm. Nhưng hãy thử tưởng tượng vì một lý do nào đó chiếc xe bạn đang lái đột nhiên bị chệch hướng lao ra khỏi lề đường. Khi ấy, điều tất nhiên là động cơ càng mạnh thì tai nạn sẽ càng thảm khốc hơn. Cũng vậy, lòng ham muốn một khi không còn nằm trong sự kiểm soát của lý trí và đi chệch hướng, nó cũng sẽ gây ra những kết quả tai hại cho cuộc sống của bạn.

Nếu có ai đó hoàn toàn mất đi lòng ham muốn trong cuộc sống bình thường này, người ấy sẽ không còn động lực để vui sống. Dường như ở bất cứ thời điểm nào trong cuộc sống, mỗi người đều có một điều gì đó đang theo đuổi, một cái gì đó mong muốn nhưng chưa có được. Trong từng trường hợp cụ thể, điều mong muốn đó có thể là một căn nhà lớn hơn, một công việc làm khá hơn, hay thậm chí chỉ là một bộ y phục tốt hơn...

Khi lòng ham muốn giữ vai trò như một chất kích thích, một động lực để giúp ta vươn lên hoàn thiện những điều kiện hiện tại, nó có ý nghĩa tích cực cho cuộc sống. Tuy nhiên, cũng có lúc lòng ham muốn trở thành một ngọn lửa thiêu đốt trong lòng chúng ta, thúc giục ta làm bất cứ điều gì, kể cả những điều phi lý để có thể đạt được một tham vọng nào đó. Lúc ấy, nó trở thành một chất độc giết chết sự an vui thanh thản trong tâm hồn chúng ta. Và khi chưa hóa giải được thứ chất độc ấy thì mọi nỗ lực khác nhằm hoàn thiện tâm hồn đều sẽ là vô ích.

Để nhắc nhở về việc phải giới hạn đúng mức lòng ham muốn, Lão tử cũng đã từng đưa ra lời khuyên "Ít ham muốn, biết đủ." (Thiểu dục, tri túc.)

Điều quan trọng cần nói ở đây là, lòng ham muốn như một hố sâu không đáy. Nếu bạn nghĩ rằng việc thỏa mãn những ham muốn hiện có sẽ mang đến cho bạn sự hài lòng, bạn đã lầm. Ngay khi một nhu cầu nào đó được thỏa mãn, một nhu cầu khác sẽ xuất hiện, và thường là lớn hơn nhu cầu trước đó. Giả sử bạn đang phải trả tiền thuê nhà mỗi tháng, điều bạn mong muốn có thể là mua được một căn nhà ở bất cứ nơi nào trong thành phố. Nhưng một khi bạn thực sự mua được, bạn sẽ bắt đầu cảm thấy không hài lòng về vị trí căn nhà. Có thể bạn cho rằng nó quá xa nơi làm việc, không thuận tiện cho việc học hành của con cái... Và như thế, một mục tiêu theo đuổi mới sẽ hình thành. Bạn có thể tin chắc rằng, nếu bạn lại thực sự may mắn mua được một căn nhà khác ở trung tâm thành phố, cũng sẽ có hàng chục lý do khác nảy sinh để bạn cảm thấy mong muốn một căn nhà khác...

Vì thế, cái vòng luẩn quẩn xoay quanh sự ham muốn và thỏa mãn chỉ có thể được giải quyết bằng vào sự sáng suốt nhận ra và giới hạn trong một phạm vi hợp lý, duy trì được mức độ vừa phải để lòng ham muốn thực sự là chất kích thích cho những nỗ lực vươn lên của bạn. Trong chừng mực này, bạn đang hướng đến sự hoàn thiện. Dù đó là sự hoàn thiện về các điều kiện vật chất hay tinh thần, cũng đều có thể xem là xứng đáng với những nỗ lực của bạn. Khi vượt quá mức độ hợp lý, lòng ham muốn sẽ bắt đầu vắt kiệt dần năng lực của bạn để thỏa mãn nó, và bạn có thể gọi đó là sự tham lam. Cho dù sự tham lam đó đang nhắm đến bất cứ mục tiêu nào, nó cũng đều là là độc hại đối với cuộc sống của bạn.

Khó khăn của vấn đề nằm ở chỗ cần phải biết thế nào là mức độ hợp lý. Đây chính là yếu tố mà Lão tử gọi là "biết đủ" (tri túc). Vì nhu cầu và hoàn cảnh của mỗi người không ai giống ai, nên mỗi người phải tự biết được mức độ giới hạn thích hợp của chính mình.

Khi bạn không "biết đủ", bạn sẽ bị cuốn hút vào một cuộc chạy đua vô vọng. Bởi vì sự tham lam đòi hỏi phải được thỏa mãn, nhưng chính sự thỏa mãn cho một nhu cầu lại là điều kiện để sản sinh một nhu cầu khác lớn hơn. Sự leo thang này tất yếu phải dẫn đến một mức độ mà năng lực của bạn không thể vượt qua, bất chấp mọi nỗ lực. Khi đó, bạn sẽ phải sống trong tâm trạng thất vọng, không thỏa mãn. Nói một cách khác, việc thỏa mãn sự tham lam là một yêu cầu không thể làm được, bất kể là bạn có năng lực đến đâu và nỗ lực đến mức nào.

Vì thế, phương thức hợp lý và khôn ngoan để đạt được tâm trạng hài lòng, thỏa mãn không phải là đáp ứng tất cả những đòi hỏi của lòng ham muốn mà là tỉnh táo nhận biết và giới hạn chúng ở mức độ hợp lý. Bạn có thể đạt được điều này bằng vào việc biết đánh giá đúng và trân trọng giá trị của những gì hiện có.

Cuộc sống tự nó đã là một món quà quý giá cho bất cứ ai đang hiện hữu trong cuộc đời này. Chỉ cần nhận ra điều đó, bạn sẽ không phí công theo đuổi những gì chưa có mà luôn biết cách hài lòng với những gì hiện có.

NHỮNG GIÁ TRỊ TỰ THÂN

Những người đang sống trong tâm trạng vui vẻ, hạnh phúc có thể chia thành hai nhóm. Nhóm thứ nhất là những người tạm thời may mắn có được hầu như tất cả những gì họ muốn. Sự giàu sang, danh vọng, quyền thế... hoặc bất cứ điều kiện vật chất nào khác nữa. Nhóm thứ hai là những người tạo được các giá trị tự thân nhất định giúp mang lại cho họ sự hài lòng, thỏa mãn. Những giá trị tinh thần trong tự thân họ chính là lòng tốt, sự cảm thông và sẵn lòng chia sẻ khó khăn với mọi người chung quanh... Chính những điều này giúp cho họ biết trân trọng những gì mình có, biết thương xót những người kém may mắn hơn mình, và do đó dập tắt được lòng tham lam.

Nhóm người thứ nhất chỉ sống trong hạnh phúc tạm thời. Bởi vì sự may mắn của họ không thể kéo dài. Có quá nhiều điều mong muốn nên họ không thể lúc nào cũng được thỏa mãn. Lịch sử đã chứng minh ngay cả những bậc vua chúa quyền uy tột đỉnh cũng chưa bao giờ được thỏa mãn tất cả những gì họ muốn. Sự "thỏa mãn tất cả" nếu có cũng chỉ là một hiện tượng nhất thời mà thôi. Vì thế, đối với nhóm người này, có thể nói là không có gì đảm bảo cho hạnh phúc dài lâu của họ. Một khi các điều kiện vật chất không còn nữa, họ sẽ rơi vào tâm trạng thất vọng, đau khổ vì không được thỏa mãn những mong muốn của mình.

Nhóm người thứ hai đạt đến tâm trạng hài lòng thỏa mãn nhờ vào chính những giá trị tinh thần tự thân của mình, nên họ không phụ thuộc vào tính cách bấp bênh, tạm bợ của những điều kiện vật chất. Khi sống cuộc sống đầy đủ, đã đành là họ được vui vẻ, nhưng ngay cả khi phải rơi vào những điều kiện thiếu thốn, chật vật, họ vẫn có thể tự thích nghi mà không thấy bất mãn với hoàn cảnh. Vì thế, hạnh phúc mà họ có được là một thứ hạnh phúc chân thật, bền chắc.

Tuy nhiên, khi bạn tạo được những giá trị tự thân cho mình, điều đó không ngăn cản bạn có được những thành tựu về mặt vật chất. Điều khác biệt là, ngay cả khi bạn có được đáp ứng đầy đủ mọi điều kiện vật chất thì bạn cũng không bị cuốn hút bởi chúng, vì bạn đã có được những giá trị tinh thần trong chính bản thân mình. Nhờ đó, bạn có thể sử dụng đúng đắn sức mạnh của vật chất để làm cho cuộc sống càng an vui hạnh phúc hơn nữa.

Những giá trị tinh thần tự thân là điều mà bất cứ ai cũng có thể đạt được, hay nói đúng hơn là luôn sẵn có nơi tất cả mọi người. Chỉ cần hiểu đúng về những giá trị thực sự của đời sống, bạn sẽ tạo điều kiện cho những giá trị tinh thần đó tự nó bộc lộ và phát triển. Khi bạn nhận ra tính cách giả tạo và tạm bợ của những điều kiện vật chất, bạn sẽ sẵn lòng chia sẻ chúng với những người chung quanh để đạt được những giá trị tinh thần cao quý hơn. Do đó mà nảy sinh và nuôi dưỡng được lòng vị tha, sự cảm thông sâu sắc với những khổ đau của người khác, cũng như biết trân trọng cuộc sống quý giá của chính mình và mọi người.

HẠNH PHÚC VÀ SỰ THỎA MÃN

Để đơn giản vấn đề, từ trước cho đến lúc này chúng ta vẫn chưa phân biệt rõ giữa hạnh phúc chân thật và sự thỏa mãn các dục vọng. Cho dù hai trạng thái này có vẻ như giống nhau, nhưng chúng quả thật có những khác biệt rất cơ bản. Sự phân biệt hai nhóm người trong phần vừa qua cũng là một ví dụ minh họa cho những khác biệt này. Cho dù việc thỏa mãn các điều kiện vật chất có thể mang lại cho chúng ta sự hài lòng, sung sướng, thậm chí là khoái lạc tột cùng, tất cả những điều ấy chỉ là giả tạm và không mang lại cho ta trạng thái hạnh phúc chân thật. Mặc dù vậy, người ta rất dễ nhầm lẫn giữa hai khái niệm này.

Sự phân biệt giữa hạnh phúc chân thật và sự thỏa mãn lòng ham muốn là điều kiện quan trọng để định hướng cho mọi tư tưởng và hành vi của mỗi chúng ta. Nếu bạn nhắm đến hạnh phúc chân thật, tâm hồn bạn được hoàn thiện và sự an vui hạnh phúc sẽ ngày càng bền vững hơn. Ngược lại, nếu bạn nhắm đến thỏa mãn các đòi hỏi của lòng ham muốn, điều đó không giúp hoàn thiện tâm hồn, ngược lại nó còn có tác dụng nuôi lớn thêm lòng ham muốn của bạn.

Cùng là tâm trạng vui vẻ, nhưng niềm vui có được sau khi bạn làm một điều thiện hoàn toàn khác biệt so với niềm vui khi được thỏa mãn một nhu cầu vật chất. Có thể tạm xem hai trường hợp này như là sự khác biệt giữa giá trị tinh thần và giá trị vật chất. Trong khi việc làm điều thiện mang lại một giá trị tinh thần giúp nuôi dưỡng tâm hồn của bạn, thì sự thỏa mãn một nhu cầu vật chất chỉ như một dấu ấn vật chất hằn vào tâm hồn khiến cho nó càng bị phụ thuộc nhiều hơn vào vật chất mà thôi. Nói cách khác, càng đắm sâu trong sự thỏa mãn vật chất, bạn càng ít có điều kiện để hoàn thiện tinh thần.

Nếu chúng ta chạy theo việc thỏa mãn những ham muốn vật chất, thể xác, không bao lâu chúng sẽ hủy hoại tất cả những giá trị chân thật vốn có trong đời sống chúng ta. Ngược lại, nếu chúng ta luôn nhắm đến những việc làm mang lại hạnh phúc chân thật, cuộc sống chúng ta sẽ trở nên ngày càng thanh thản và an vui, hạnh phúc.

Khi cần thiết phải đưa ra một quyết định quan trọng trong cuộc sống, sự phân biệt như trên sẽ giúp bạn đi đúng hướng. Một việc làm mang lại niềm vui nhất thời vì nó đáp ứng lòng ham muốn sẽ không mang lại hạnh phúc thực sự. Một việc làm mang lại niềm vui vì nâng cao được giá trị tinh thần sẽ góp phần vào việc giúp bạn có được sự an vui hạnh phúc chân thật và bền vững.

SỰ RÈN LUYỆN TINH THẦN

Chúng ta vẫn thừa nhận việc cần có những nhu cầu vật chất cơ bản để có thể đạt được một cuộc sống hạnh phúc. Chẳng hạn, tối thiểu bạn cũng cần có một chỗ ở ổn định, điều kiện mưu sinh đảm bảo, các nhu cầu sống hàng ngày được đáp ứng... Tuy nhiên, trong tinh thần "biết đủ", một khi những nhu cầu cơ bản ấy đã được đáp ứng thì việc đạt đến một cuộc sống hạnh phúc hay không sẽ hoàn toàn do yếu tố tinh thần của chúng ta quyết định. Vì thế, điều tất yếu để đạt được cuộc sống an vui hạnh phúc là phải có sự rèn luyện tinh thần.

Tinh thần không phải là một thực thể đơn giản, ngược lại nó phức tạp hơn nhiều so với thế giới vật chất mà chúng ta có thể nhìn thấy hoặc sờ mó được. Nhưng mặt khác, chúng ta cũng có thể so sánh với những gì nhìn thấy được trong thế giới vật chất để nói về tinh thần một cách đơn giản và dễ hiểu hơn.

Chẳng hạn, trong thế giới vật chất có những sự vật rất hữu ích cho ta và có những sự vật khác độc hại. Tương tự, cũng có những yếu tố tinh thần có lợi, lại cũng có những yếu tố tinh thần vô cùng độc hại.

Để vận dụng tốt mọi sự vật, chúng ta cần hiểu biết tinh tường về những tính chất có lợi hoặc có hại của chúng. Cũng vậy, khi nói đến việc rèn luyện để hoàn thiện tinh thần thì điều trước tiên là phải biết phân biệt những gì có lợi để trau giồi và những gì có hại để loại bỏ, hoặc ít ra cũng là giảm thiểu dần đi.

Để hiểu đúng về tính chất có lợi hay có hại của các yếu tố tinh thần, chúng ta cần học hỏi. Chẳng hạn như, chúng ta cần học hỏi để biết rõ những cảm xúc và hành vi xấu ác tác động như thế nào đến tâm hồn chúng ta, cũng như những cảm xúc và hành vi tốt đẹp giúp ích như thế nào trong việc nuôi dưỡng và hoàn thiện tâm hồn. Mặt khác, chúng ta cũng cần phải thấy được nhiều yếu tố xấu ác không chỉ tác hại đến bản thân chúng ta, mà còn gây ảnh hưởng tai hại cho cả những người thân quanh ta, hoặc cho cả cộng đồng xã hội; cũng như không chỉ trong hiện tại mà còn có thể là lâu dài về sau.

Sự học hỏi này vô cùng quan trọng, vì nó định hướng và tạo ra động lực cho sự rèn luyện tinh thần. Khi ta biết được những gì là có lợi và những gì là có hại, ta có thể nhắm đến việc nuôi dưỡng những điều tốt đẹp và loại bỏ dần những điều xấu ác để tâm hồn ta ngày càng hoàn thiện, cho nên nói rằng đây là một sự định hướng. Khi ta hiểu biết đầy đủ về những tác động có hại do các điều ác gây ra, ta mới có thể quyết tâm loại bỏ chúng. Khi ta hiểu biết đầy đủ về những tác động có lợi do các điều lành mang lại, ta mới có thể quyết tâm trau giồi, thực hiện chúng. Sự hiểu biết càng sâu sắc, toàn diện thì quyết tâm càng mạnh mẽ, bất chấp mọi khó khăn vẫn có thể thực hiện được. Cho nên nói rằng nó tạo ra động lực cho sự rèn luyện tinh thần.

Sự oán hờn hay thù hận, căm ghét, sự ghen tức, ganh tị, sự tức giận, sự tham lam... là các ví dụ tiêu biểu về những yếu tố tinh thần xấu ác. Một khi ta chất chứa những điều này trong lòng, tâm hồn ta sẽ ngày càng trở nên nặng nề, bất an. Chúng giống như những liều thuốc độc ngày đêm ngấm ngầm làm hại tâm hồn ta, khiến cho ta mất đi sự sáng suốt, thanh thản và an ổn. Chúng ta có thể bằng vào kinh nghiệm tự thân để phân tích và nhận ra những tác hại này, và chúng ta cần phải làm như thế để có thể tự mình cảm nhận mà không phải là chỉ biết được thông qua người khác.

Về mặt tự thân, khi chúng ta căm ghét hoặc thù hận ai

đó, những cảm xúc này thôi thúc chúng ta phải bộc lộ ra bằng lời nói hoặc việc làm. Đồng thời, chúng ta tự biết rõ một điều là những lời nói hoặc việc làm này có tác dụng gây ra phản ứng không hài lòng từ phía đối tượng - cho dù điều đó có thực sự xảy ra hay không. Vì thế, một mặt chúng ta chịu sự thôi thúc phải nói ra hoặc hành động, một mặt phải luôn căng thẳng đề phòng những phản ứng bất lợi do chính những lời nói hoặc việc làm đó gây ra. Điều này khiến cho tâm trạng của ta luôn nặng nề, bất an và không thể nào duy trì được sự sáng suốt, thanh thản.

Nhưng vấn đề không chỉ giới hạn trong phạm vi mỗi cá nhân, mà còn có một sự tương quan tất yếu với môi trường chung quanh. Lấy ví dụ, khi bạn chất chứa sự căm ghét hay thù hận trong lòng, những người chung quanh sẽ cảm nhận được điều đó và thấy khó khăn hơn trong việc giao tiếp thân thiện với bạn. Với đối tượng của sự căm ghét hay thù hận thì vấn đề còn tệ hại hơn nữa, vì nó có khuynh hướng thúc đẩy một phản ứng tương tự, nghĩa là họ cũng sẽ muốn đáp lại bằng sự căm ghét hay thù hận. Và bạn có thể dễ dàng hình dung được cái vòng quay luẩn quẩn này sẽ kéo dài như thế nào.

Lòng từ bi, đức nhân hậu, sự khoan dung... là những ví dụ tiêu biểu về các yếu tố tinh thần tốt đẹp. Khi chúng ta phát khởi và nuôi dưỡng tâm từ bi, mở rộng lòng yêu thương và đối xử tốt với mọi người chung quanh, tâm hồn chúng ta cũng tự nhiên rộng mở. Chúng ta sẽ thấy việc giao tiếp với những người chung quanh trở nên dễ dàng hơn rất nhiều, vì sự cởi mở này tất yếu sẽ khuyến khích những đáp ứng tốt đẹp từ những người mà chúng ta giao tiếp. Và trong những môi trường giao tiếp như thế, chúng ta cảm thấy không cần thiết phải che giấu hay sợ sệt, đề phòng người khác, do đó mà tâm trạng của ta sẽ trở nên an ổn hơn, thanh thản, nhẹ nhàng hơn. Những cảm giác như sợ sệt, nghi ngờ, thiếu tự tin và bất an sẽ tự nhiên biến mất.

Điều này lại có khả năng tạo ra sự tin cậy của người khác đối với chúng ta. Và do đó mà môi trường giao tiếp sẽ phát triển theo hướng ngày càng tốt đẹp hơn. Lấy ví dụ, bạn muốn giao một công việc cho ai đó, ngoài việc nắm chắc khả năng người ấy có thể thực hiện tốt công việc, bạn còn cần phải có sự tin cậy vào người đó. Nếu không có sự tin cậy, ngay cả khi đó là một người rất có năng lực, bạn cũng sẽ không thể yên tâm giao phó công việc. Mặt khác, khi bạn giao một công việc cho ai đó với một tâm trạng thiếu hẳn sự tin cậy, người ấy sẽ hoàn toàn có thể cảm nhận được điều này và nó ngăn cản việc anh ta làm tốt công việc. Như vậy, bạn có thể thấy rõ một điều là: sự tin cậy khuyến khích sự tin cậy, và sự hoài nghi cũng tạo ra sự hoài nghi tương ứng. Nói cách khác, nó tạo ra khoảng cách giữa những con người.

Việc nuôi dưỡng những yếu tố tinh thần tốt đẹp như lòng từ bi, đức nhân hậu, sự khoan dung... chắc chắn sẽ làm cho tâm hồn chúng ta ngày càng hoàn thiện hơn, mang lại cho chúng ta một cuộc sống ngày càng an vui hạnh phúc hơn.

Nói tóm lại, những gì mà chúng ta vẫn thường gọi là điều thiện, điều ác... thực ra chính là một cách giản dị hơn để chỉ đến những yếu tố có lợi hay có hại cho tâm hồn. Tuy nhiên, theo cách hiểu này thì việc phân biệt một yếu tố là có lợi hay có hại có thể là dễ dàng hơn vì nó tùy thuộc vào sự cảm nhận và đánh giá của chính chúng ta, mà không nhất thiết phải phụ thuộc vào bất cứ hệ thống chuẩn mực cứng nhắc nào. Mặt khác, để đạt đến cuộc sống an vui hạnh phúc, những phương thức mà chúng ta cần thực hiện chính là loại bỏ dần những điều có hại và nuôi dưỡng những điều có lợi. Ý nghĩa của sự rèn luyện hay tu dưỡng tinh thần thật ra cũng chỉ là gói gọn trong phát biểu đơn giản mang tính nguyên tắc này.

Tuy nhiên, mặc dù nguyên tắc là như thế, nhưng để đạt đến những kết quả thực sự, quá trình thực hiện đòi hỏi chúng ta phải có một sự hiểu biết và thực hành toàn diện, cũng như cần phải trải qua những quãng thời gian nhất định.

Chúng ta có thể tạm so sánh sự rèn luyện tinh thần với việc hoàn thiện sức khỏe chẳng hạn. Để có được sức khỏe tốt, chúng ta cần đến rất nhiều thứ trong chế độ ăn uống, không thể chỉ đơn giản là một, hai hay ba yếu tố. Mặc dù có thể kể ra một số những yếu tố tiêu biểu như chất đạm, chất béo, chất bột đường... nhưng trong thực tế chúng ta cần đến một sự cung ứng toàn diện của rất nhiều yếu tố khác nữa, chẳng hạn như các loại vitamin và khoáng chất, cũng như sự cân đối tất cả các thành phần dinh dưỡng thích hợp cần thiết cho hoạt động của cơ thể.

Cũng vậy, tâm hồn chúng ta vô cùng phức tạp. Mỗi một giây phút ngắn ngủi trôi qua, chúng ta sinh khởi trong tâm rất nhiều ý niệm hay tư tưởng. Trong số đó, có những tư tưởng có lợi và những tư tưởng có hại đan xen lẫn nhau. Chúng ta cần có sự sáng suốt hiểu biết mới có thể phân tích và nhận rõ được.

Mặt khác, chúng ta không thể đòi hỏi bất cứ một chế độ dinh dưỡng hợp lý hay phương thức luyện tập thể lực nào có thể làm thay đổi cơ thể chúng ta ngay trong một sớm một chiều. Điều đó cần có thời gian. Cũng vậy, không thể đòi hỏi một sự hoàn thiện tâm hồn ngay tức thời. Chúng ta cần có sự thực hành kiên trì qua thời gian trước khi có thể đón nhận được những kết quả tốt đẹp hoàn toàn. Thậm chí có nhiều thói quen xấu đòi hỏi phải mất nhiều thời gian và nỗ lực rất lớn mới có thể xóa bỏ được. Cũng như việc nuôi dưỡng những đức tính tốt đẹp hoàn toàn không phải dễ dàng như khi chúng ta khoác lên một chiếc áo mới để làm thay đổi vẻ ngoài của mình.

Tuy nhiên, ngay khi chúng ta bắt đầu đi đúng hướng, chúng ta có thể cảm nhận ngay được những thay đổi tích cực diễn ra mỗi ngày trong tâm hồn. Điều đó tạo cho chúng ta một sự lạc quan và tin tưởng vào tương lai, ngay cả khi chúng ta biết rõ hiện tại mình vẫn còn rất nhiều điều chưa tốt. Sự lạc quan tin tưởng này chính là động lực để chúng ta tiếp tục hướng đến sự hoàn thiện tâm hồn.

Chúng ta không thể đòi hỏi bản thân mình hay bất cứ ai khác trong quá trình rèn luyện tinh thần lại có thể xóa bỏ ngay tất cả những tư tưởng căm ghét, thù hận hay tham lam, ghen tức... Những tư tưởng ấy đã bắt rễ quá lâu trong tâm hồn chúng ta, việc loại bỏ chúng cần có thời gian và những nỗ lực đúng hướng. Khác biệt cơ bản giữa một người đang rèn luyện tinh thần với một người bình thường là biết nhận ra những tư tưởng độc hại ngay khi chúng xuất hiện. Điều đó chặn đứng sự phát triển lớn mạnh của chúng, cắt đứt mọi nguồn năng lượng tinh thần nuôi dưỡng chúng, và do đó chúng sẽ tự nhiên phải tàn lụi đi. Mỗi một lần như thế, những hạt giống xấu trong tâm hồn ta lại được loại trừ đi một phần. Do đó, với quá trình tu dưỡng lâu dài, chúng sẽ ngày càng ít hơn cho đến khi trở nên hiếm hoi và dứt hẳn.

Nhưng kết quả của quá trình rèn luyện tinh thần không những được cảm nhận bởi tự thân mỗi người, mà còn có thể được quan sát thấy một cách khách quan bởi các nhà khoa học hiện đại bằng vào những nghiên cứu mới đây nhất. Kết quả nghiên cứu này cũng một lần nữa khẳng định rằng bất cứ ai trong chúng ta cũng đều có khả năng rèn luyện tinh thần để đạt đến một cuộc sống an vui hạnh phúc.

Cuộc thí nghiệm của các bác sĩ Avi Karni và Leslie Underleider được tiến hành ở National Institute of Mental Health (Viện Sức khỏe Tinh thần Quốc gia). Trong cuộc thí nghiệm này, các nhà nghiên cứu đã tiến hành quan sát các đối tượng được yêu cầu thực hiện một công việc rất đơn giản: liên tục dùng ngón tay gõ nhẹ vào một vật theo những chỉ dẫn nhất định.

Bằng kỹ thuật scan hình ảnh não bộ, người ta xác định được vùng não liên quan đến công việc này. Công việc được yêu cầu tiếp tục thực hiện liên tục mỗi ngày kéo dài trong 4 tuần lễ, và những người tham gia đã chứng tỏ là họ làm công việc đó ngày càng thuần thục và nhanh nhẹn hơn. Kết thúc giai đoạn này, việc scan hình ảnh não bộ được thực hiện một lần nữa và so sánh với lần trước đó. Kết quả cho thấy vùng não bộ liên quan đến công việc mà đối tượng thực hiện đã được mở rộng.

Điều này chứng tỏ là việc tập luyện một công việc nào đó có thể giúp tạo ra những tế bào thần kinh mới và thay đổi theo hướng hoàn thiện dần đường dẫn truyền các tín hiệu não bộ có liên quan đến công việc được tập luyện.

Tính chất quan trọng này của não bộ có vẻ như chính là điều kiện căn bản về mặt thể chất cho khả năng chuyển hóa tinh thần của mỗi chúng ta. Bằng vào việc sinh khởi những ý tưởng tốt đẹp và thực hành những phương thức suy nghĩ tốt đẹp, chúng ta có thể làm thay đổi cụ thể cấu trúc các tế bào não bộ và phương thức hoạt động của não. Cơ sở khoa học này cũng giải thích vì sao sự chuyển hóa nội tâm cần phải bắt đầu với sự học hỏi (đưa những tín hiệu mới vào não bộ) và kiên trì thực hành, rèn luyện mới có thể dần dần thay đổi những trạng thái không tốt (cấu trúc não bộ hiện thời) bằng những trạng thái tốt đẹp, hoàn thiện hơn (hình thành các tế bào mới và cấu trúc mới).

Như vậy, chúng ta thấy rằng việc rèn luyện hay tu dưỡng tinh thần để hướng đến một cuộc sống hạnh phúc không chỉ là một ý niệm trừu tượng mà đã trở thành một khả năng rất cụ thể mà mỗi người trong chúng ta đều sẵn có.

NHỮNG CHUẨN MỰC TINH THẦN

Sự rèn luyện hay tu dưỡng tinh thần sẽ trở nên cụ thể và dễ dàng hơn nếu chúng ta xác định được những chuẩn mực tinh thần nhất định để tuân theo. Những điều này giống như một thứ kỷ luật tinh thần mà việc tự nguyện tuân theo sẽ giúp chúng ta đạt đến một tâm hồn hoàn thiện hơn. Xuất phát từ những chuẩn mực này, mọi hành vi và tư tưởng của chúng ta sẽ được xác định là có lợi hoặc có hại.

Mặc dù tất cả chúng ta đều mong muốn đạt đến một cuộc sống hạnh phúc, nhưng chúng ta không thể tự nhiên có được điều đó. Chúng ta cần đến sự học hỏi và rèn luyện. Xác định những chuẩn mực tinh thần để tuân theo chính là một trong các phương thức hữu hiệu nhất để giúp chúng ta luôn đi đúng đường mà không sợ lầm lạc.

Chính sự nhầm lẫn giữa những niềm vui hay khoái lạc nhất thời với hạnh phúc chân thật lâu dài là nguyên nhân cơ bản nhất khiến cho chúng ta không đạt đến một cuộc sống an vui thanh thản. Khi chạy theo những niềm vui có được do sự thỏa mãn vật dục, chúng ta không biết rằng điều đó nuôi dưỡng những điều xấu ác trong ta. Những chuẩn mực tinh thần giúp ta phân vạch một cách cụ thể ranh giới giữa điều tốt và điều xấu, việc nên làm và không nên làm, hay nói khác đi là những điều có lợi và những điều có hại.

Trong thực tế, có những mức độ hạnh phúc khác nhau nên cũng có những chuẩn mực tinh thần khác nhau. Để đạt được cuộc sống thanh thản, hoàn toàn thoát tục, các vị tăng sĩ Phật giáo phải tuân theo những chuẩn mực được quy định một cách cụ thể và hệ thống trong giới luật của người xuất gia. Hệ thống giới luật này có thể giúp cho bất cứ ai cũng có thể đạt được một nếp sống giải thoát ngay trong đời này, miễn là người ấy có đủ quyết tâm để kiên trì tuân theo, không phạm vào bất cứ điều gì mà giới luật ngăn cấm. Có thể nói đây là một hệ thống chuẩn mực rất tinh vi, giúp cho người tuân theo nó sẽ chế phục được tất cả mọi hành vi và tư tưởng của mình, ngay cả những cử chỉ thường ngày như đi, đứng, nằm, ngồi như thế nào cũng đều được quy định rõ. Vì thế, việc giữ giới là một phần quan trọng tất yếu không thể thiếu được trong đời sống của một tăng sĩ, và là yếu tố cơ bản để giúp cho vị ấy đạt đến sự giải thoát khỏi mọi ràng buộc thế tục.

Mặt khác, trong đời sống thế tục thông thường của mỗi chúng ta, cũng cần có những chuẩn mực tinh thần để giúp chúng ta chế phục được hành vi và tư tưởng của mình. Nói một cách dễ hiểu hơn, chúng ta cần nhận ra một số những hành vi, tư tưởng nào đó là xấu ác, là có hại cho tinh thần và tự nguyện cam kết sẽ không bao giờ sống buông thả theo những hành vi, tư tưởng đó. Trong thực tế, sự tự chế này giúp ta hướng đến cuộc sống an vui hạnh phúc hơn, và sự buông thả mọi hành vi, tư tưởng tất yếu sẽ dẫn đến những khổ đau chất chồng trong cuộc sống. Bằng cách này, khi chúng ta phân biệt được những điều nên làm và không nên làm, chúng ta hình thành những chuẩn mực tinh thần cho cuộc sống của mình.

Một số chuẩn mực tinh thần được các tôn giáo vạch ra cho tín đồ. Một số các chuẩn mực tinh thần khác được giáo dục cho mọi thành viên trong xã hội thông qua hệ thống giáo dục. Cũng có những chuẩn mực tinh thần do chính chúng ta đạt được bằng vào kinh nghiệm tự thân của mình. Cho dù là thuộc về hệ thống chuẩn mực nào, tính chất nhất quán của tất cả những chuẩn mực được vạch ra là phải giúp kiềm chế những hành vi, tư tưởng xấu ác và phát huy những hành vi, tư tưởng tốt đẹp. Một chuẩn mực tinh thần không đạt được tiêu chí này sẽ không đáng để tuân theo, vì nó không mang lại lợi ích nào cả.

Việc xác định cho chính mình những chuẩn mực tinh thần để tuân theo là một bước khởi đầu tất yếu để chúng ta bước lên con đường hướng đến cuộc sống hạnh phúc. Thông qua việc hoàn thiện dần hệ thống các chuẩn mực của chính mình, chúng ta tác động một cách tích cực vào việc kiểm soát các hành vi, tư tưởng của bản thân, loại trừ được những điều có hại và phát huy những điều có lợi, giúp hoàn thiện tâm hồn ngày một tốt đẹp hơn.

NGUỒN HẠNH PHÚC BAN SƠ

Mặc dù có thể không phải tất cả chúng ta đều đồng ý với quan điểm "Nhân chi sơ tính bản thiện", nhưng trong phạm vi những gì đang được đề cập, có thể xem đây là một quan điểm tích cực thể hiện đúng những gì diễn ra trong nội tâm của mỗi chúng ta. Khi chúng ta tin rằng mọi người đều có cơ hội như nhau trong việc đạt đến một đời sống hạnh phúc, chúng ta cũng mặc nhiên thừa nhận một điều là mọi người đều sẵn có những bản chất tốt đẹp, bởi vì chính những bản chất tốt đẹp là điều kiện để đạt đến một đời sống hạnh phúc.

Phật giáo tán thành quan điểm này khi dạy rằng: "Tất cả chúng sinh đều sẵn có Phật tánh." (Nhất thiết chúng sinh giai hữu Phật tánh.) Ở đây, Phật tánh được hiểu là những nền tảng tâm linh tốt đẹp giúp chúng ta có thể đạt đến một đời sống an lạc, giải thoát. Dựa trên những điều này, có thể nói việc rèn luyện hoặc tu dưỡng tinh thần của mỗi chúng ta chính là nhằm giúp bộc lộ, phát triển những hạt giống tốt đẹp vốn có từ ban sơ của chính mình, mà không phải là đạt được từ môi trường bên ngoài hay nhờ vào bất cứ ai khác.

Những quan sát trong thực tế cũng có thể cho thấy rằng bản chất tốt đẹp vốn là điều tự nhiên sẵn có nơi mỗi chúng ta. Khi chúng ta vừa sinh ra chẳng hạn, một cách tự nhiên chúng ta trìu mến ôm lấy bầu vú mẹ. Chúng ta thực hiện việc đó để sống còn, nhưng không phải với bất cứ trạng thái cảm xúc nào khác hơn mà chính là với sự yêu thương trìu mến. Và cũng với một bản năng hoàn toàn tự nhiên, bất cứ người mẹ nào cũng hết lòng yêu thương trìu mến khi ôm con trong vòng tay để nuôi nấng bằng bầu sữa của chính mình. Không có tình yêu thương tự nhiên giữa mẹ và con, mỗi chúng ta không thể tồn tại và lớn lên, cũng như loài người đã không thể tồn tại cho đến ngày nay. Nếu nhìn rộng ra khắp muôn loài trong thế giới động vật, chúng ta cũng dễ dàng nhận thấy những tình cảm tự nhiên tương tự ở tất cả loài vật, cho dù ta có thể cho rằng chúng kém hẳn về trí khôn để hiểu được ý nghĩa của tình cảm thiêng liêng này.

Mặt khác, cơ thể chúng ta cũng phù hợp một cách tự nhiên với những tình cảm tốt đẹp mà không phải do bất cứ một sự rèn luyện nào. Khi chúng ta yêu thương hoặc đạt được tâm trạng thanh thản, nhẹ nhàng, chúng ta cảm nhận được những lợi ích rõ rệt về sức khỏe. Ngược lại, khi chúng ta căm ghét, thù hận hoặc ghen tức... chúng ta cảm nhận rõ ràng những bất lợi cho sức khỏe, thậm chí có thể là một sự suy sụp toàn diện về thể lực. Điều đó nói lên rằng, con người vốn dĩ sinh ra để yêu thương nhau và cùng sống trong hạnh phúc, không phải cho những mục đích hận thù hay tham lam, ích kỷ...

Khi nhận rằng bản chất của mỗi con người vốn là tốt đẹp thì việc hướng đến một cuộc sống hạnh phúc thật ra phải được hiểu là quay trở về với nguồn hạnh phúc ban sơ của chính mình. Ngược lại, một cuộc sống xa rời mục tiêu này chính là đi ngược lại tự nhiên và tất yếu sẽ phải đi dần đến chỗ hủy diệt, tan rã.

Một số người có thể lập luận ngược lại, cho rằng bản chất tự nhiên của con người vốn là xấu ác, với các biểu hiện như hung hãn, hiếu chiến, tham lam... và chỉ thông qua sự giáo dục, rèn luyện hoặc tu dưỡng mới có thể đạt đến sự tốt đẹp. Lập luận này có thể dựa vào chính những gì đã diễn ra trong lịch sử loài người cũng như thực trạng hiện nay để minh chứng. Qua đó, con người tỏ ra tham lam, hung hãn và hiếu chiến hơn bất cứ loài động vật nào mà chúng ta đã từng được biết.

Hoặc cũng có thể cho rằng bản chất con người vốn dĩ sẵn có cả những yếu tố thiện và ác, và tùy theo môi trường giáo dục, phát triển mà con người sẽ nghiêng về sự tốt đẹp hay xấu ác...

Những lập luận ngược lại này cũng không phải là kém phần thuyết phục, bởi chúng ta có thể dễ dàng nhận ra những tranh chấp, mâu thuẫn căng thẳng luôn diễn ra quanh ta - thậm chí là rất nhiều -, ngay trong gia đình cũng như ngoài xã hội, từ những cộng đồng nhỏ nhoi như trong thôn, xóm... cho đến những bình diện rộng lớn hơn như trên cả nước hoặc thậm chí là toàn cầu. Tuy nhiên, những điều đó không phải tự nhiên xảy ra, chúng cần có những nguyên nhân tác động nhất định. Và quan trọng hơn hết, chúng ta cần lưu ý đến thực tế này: Chúng ta hoàn toàn có thể vui sống mà không cần đến những yếu tố xấu ác như sự tham lam, hung hãn... nhưng chúng ta không thể vui sống được nếu không có tình yêu thương, sự cảm thông... và các phẩm chất tốt đẹp khác trong tâm hồn. Bởi vì, khi đó cuộc sống của chúng ta sẽ luôn nặng nề căng thẳng không một phút giây nào thanh thản. Vì thế, có thể xác quyết rằng chính những phẩm chất tốt đẹp trong tâm hồn mới chính là bản chất tự nhiên của mỗi chúng ta.

Mặt khác, thể lực tự nhiên của con người vốn là yếu đuối hơn so với rất nhiều loài vật trong tự nhiên. Để tồn tại và thậm chí là vươn lên khuất phục tất cả muôn loài, từ những loài hung dữ và mạnh bạo như cọp, beo, sư tử... cho đến những loài có sức mạnh và thân hình to lớn như trâu, bò, voi, tê giác... con người phải hoàn toàn dựa vào trí thông minh của mình. Sự phát triển trí thông minh là nhu cầu thứ yếu, nảy sinh trong cuộc sống cạnh tranh giữa muôn loài và ngay cả giữa loài người với nhau. Nhưng khi chúng ta không biết kiềm chế và định hướng đúng cho sự phát triển này, nó sẽ vượt qua cả bản chất vốn có trước đây là lòng thương yêu, sự cảm thông... và dẫn dắt chúng ta đến chỗ hủy hoại cuộc sống của chính mình. Trong khi bản chất của con người vốn là tốt đẹp, thì sự khôn ngoan mưu mẹo lại có ưu điểm giúp con người khuất phục được muôn loài và cả những đồng loại kém khôn ngoan hơn. Điều này đưa đến sự sai lầm khi không hiểu đúng về bản chất của cuộc sống. Thay vì hướng đến một cuộc sống hạnh phúc an vui, người ta lại vận dụng sự khôn ngoan mưu mẹo của mình để thỏa mãn những nhu cầu vật chất không giới hạn, và khi điều này không còn cân đối với những phẩm chất tốt đẹp vốn có trong tâm hồn, con người sẽ sa lầy vào cuộc sống bon chen, tranh chấp lẫn nhau ngày đêm không ngừng nghỉ, đi xa dần nguồn hạnh phúc ban sơ vốn sẵn có của mình.

Nhận ra điều này không phải là để quy lỗi cho trí thông minh của con người về những điều xấu ác đang diễn ra trong cuộc sống. Thật ra, phải thừa nhận rằng trí thông minh là một lợi thế mà tự nhiên đã ban tặng riêng cho con người. Chỉ có điều là ta phải biết vận dụng nó đúng hướng, và quan trọng hơn hết là phải chú trọng nhiều hơn đến phẩm chất tốt đẹp trong tâm hồn để phát triển cả hai một cách cân đối, hài hòa, thay vì là đánh mất đi bản chất tốt đẹp vốn có.

Khi thừa nhận rằng bản chất con người là những phẩm chất tốt đẹp trong tâm hồn, chúng ta sẽ cảm nhận được những thay đổi lớn lao trong giao tiếp với mọi người chung quanh. Chúng ta sẽ thấy dễ dàng tin cậy, yêu thương và hòa hợp với người khác. Và điều này ngay lập tức làm cho cuộc sống của chúng ta trở nên thanh thản và hạnh phúc hơn vì nó giúp giảm bớt đi rất nhiều những căng thẳng không cần thiết.

MỤC ĐÍCH CỦA ĐỜI SỐNG

Mỗi người trong chúng ta có thể đặt cho mình những mục tiêu theo đuổi khác nhau trong cuộc sống. Tuy nhiên, vì luôn sẵn có những phẩm chất tốt đẹp trong tâm hồn nên mỗi chúng ta đều có thể và tất yếu phải đạt đến một đời sống hạnh phúc. Có thể nói đây là mục đích cuối cùng của đời sống, bởi vì cho dù chúng ta có theo đuổi bất kỳ một mục tiêu nào đó thì chung quy cũng là để hướng đến một cuộc sống an vui hạnh phúc mà thôi.

Khi xuất phát từ quan điểm này, chúng ta sẽ thấy rằng tất cả những gì chúng ta cần làm trong cuộc sống thật ra chỉ đơn giản là cố gắng loại trừ những nguyên nhân dẫn đến khổ đau - những yếu tố xấu ác - và phát huy những yếu tố dẫn đến một đời sống hạnh phúc - những phẩm chất tốt đẹp trong tâm hồn. Phương thức cơ bản nhất để giúp chúng ta làm được điều này là phải có sự thường xuyên học hỏi, rèn luyện hay tu dưỡng tinh thần, để có thể phát triển năng lực cảm nhận cũng như hiểu biết đúng đắn về những gì là thực sự dẫn đến một cuộc sống hạnh phúc.

Mỗi người chúng ta đều chắc chắn đã có hoặc sẽ có một lúc nào đó rơi vào tâm trạng mệt mỏi hay chán nản trước những biến cố dồn dập xảy đến, hoặc những diễn biến quá phức tạp trong cuộc sống khiến cho ta có cảm giác như không thể nào chịu đựng hoặc vượt qua nổi. Chính vào những lúc này, nếu chúng ta biết nhớ lại và tự nhắc nhở chính mình về mục đích cuối cùng của đời sống, chúng ta sẽ cảm thấy dễ chịu hơn nhiều, vì điều đó sẽ làm cho rất nhiều sự việc trở nên vụn vặt, không còn quan trọng nữa.

Tùy theo từng trường hợp, chúng ta có thể nên dành ra một vài giờ, hoặc thậm chí là một vài ngày để suy ngẫm về mục đích thực sự của đời sống. Điều này sẽ giúp chúng ta tăng thêm sức mạnh và sáng suốt trong việc đưa ra những quyết định đúng đắn để đối phó với hoàn cảnh khó khăn. Chúng ta sẽ không quyết định nỗ lực nhằm đạt được điều này, điều nọ... mà sẽ nhắm đến việc làm thế nào để có thể hướng đến một cuộc sống hạnh phúc hơn. Đây là một khác biệt rất lớn quyết định sự thay đổi hành vi của chúng ta, vì nó đảm bảo là chúng ta sẽ được hạnh phúc hơn chứ không phải là tích lũy nhiều hơn bất cứ một giá trị vật chất nào. Định hướng quan trọng này có giá trị giúp chúng ta tự tin và vững chãi trong cuộc sống, như một con thuyền trên mặt biển mênh mông khi biết chắc được hướng đi đúng sẽ không còn sợ bị trôi dạt vào những bến bờ vô định.

Trong thực tế, việc xác định mục đích cuối cùng của đời sống là một quyết định khởi đầu quan trọng và có tính cách định hướng cho suốt quãng đời còn lại của mỗi chúng ta. Nó không đảm bảo mang lại cho chúng ta sự thành đạt hay bất cứ giá trị vật chất nào, nhưng chắc chắn sẽ tạo ra những thay đổi lớn lao trong cuộc sống của chúng ta, bằng vào việc làm thay đổi cách nhìn về đời sống cũng như làm thay đổi những phương thức mà ta sẽ ứng xử, giao tiếp với người khác. Những thay đổi này hướng chúng ta đến một cuộc sống an vui hạnh phúc hơn, ngay cả khi mà chúng ta có thể không thành đạt lắm trong đời sống vật chất.

Khi chúng ta tiếp xúc với những người già, điều đó nhắc nhở ta rằng thời gian đang trôi qua nhanh chóng. Chúng ta cần tự xét lại xem mình đã sử dụng thời gian trôi qua trong cuộc đời của chính mình như thế nào. Việc sử dụng thời gian có ý nghĩa rất quan trọng. Khi chúng ta được mang thân xác và trí tuệ loài người như hiện nay thì mỗi giây phút trôi qua là vô cùng quý giá. Phần lớn chúng ta dành thời gian chìm đắm trong những hy vọng tương lai, nhưng lại không có bất cứ điều kiện nào có thể đảm bảo cho tương lai của ta cả. Thậm chí, chúng ta không thể biết chắc được là liệu vào giờ này ngày mai chúng ta có còn tồn tại trong thế giới này hay không. Vậy mà mọi việc làm của chúng ta vẫn cứ dựa trên nền tảng của hy vọng. Lẽ ra chúng ta nên thiết thực sử dụng một cách hiệu quả nhất từng giây phút hiện đang trôi qua của đời mình thay vì là hướng về những hy vọng trong tương lai.

Cuộc sống liên tục trôi qua không dừng nghỉ. Mỗi một hành vi, tư tưởng tốt đẹp sẽ là một phần đóng góp vào cho cuộc hành trình vươn lên cuộc sống an vui hạnh phúc. Vì thế, cách tốt nhất để sống có ý nghĩa là hãy cố gắng phục vụ con người và sự sống quanh ta bất cứ khi nào có thể. Nếu không được như thế, hãy cố gắng đừng bao giờ làm tổn hại đến bất cứ ai. Đây có thể xem là nguyên tắc khởi đầu cơ bản nhất để chúng ta tạo ra một nền tảng chắc chắn nhằm xây dựng con đường đi đến một đời sống an vui hạnh phúc.

Bản chất của mỗi con người chúng ta đều tốt đẹp, và vì thế ai ai cũng sẵn có cơ hội để đạt đến một đời sống hạnh phúc. Đó chính là giá trị chân thật nhất của đời sống, cũng chính là mục đích cuối cùng mà tất cả chúng ta đều nhắm đến trong suốt cuộc đời này.

NHỮNG PHẨM CHẤT TỐT ĐẸP

SỐNG GIỮA NHỮNG CON NGƯỜI

Hầu hết chúng ta có đôi khi trải qua những giây phút cô đơn ngay cả khi đang sống giữa đông người. Cảm giác cô đơn này không phải do không có người để giao tiếp, mà là do có những khoảng cách nhất định giữa ta và mọi người chung quanh. Tính cách phổ biến của vấn đề đã lôi cuốn sự chú ý của nhiều nhà nghiên cứu thuộc các lãnh vực khác nhau như xã hội học, tâm lý học...

Tần số xuất hiện của trạng thái cô đơn thậm chí còn có vẻ như cao hơn ở những xã hội náo nhiệt hơn. Một cuộc khảo sát quy mô lớn ở Hoa Kỳ về chủ đề này ghi nhận có đến một phần tư số người Mỹ được hỏi đã trả lời là họ đã cảm thấy rất cô đơn ít nhất là một lần trong vòng hai tuần vừa qua. Và hầu như tất cả những người tham gia đều nói là họ đã từng trải qua những giây phút cảm thấy cô đơn vào một lúc nào đó.

Trước đây, cảm giác cô đơn này được cho là thường xuất hiện ở một số đối tượng nhất định, chẳng hạn như những người lớn tuổi phải sống cách biệt trong các dưỡng đường. Tuy nhiên, kết quả nghiên cứu mới lại xác định là các đối tượng ở độ tuổi thiếu niên và thanh niên cũng gặp phải vấn đề với mức độ thường xuyên không kém gì những người lớn tuổi.

Các nhà nghiên cứu cũng cố gắng phân tích những nguyên nhân đã tạo ra trạng thái cô đơn này. Kết quả ban đầu cho thấy nguyên nhân thường gặp nhất là do kém khả năng giao tiếp, chẳng hạn như có khó khăn trong việc bộc lộ những vấn đề của bản thân mình, có khó khăn về ngôn ngữ trong giao tiếp, thính lực kém gây khó khăn cho việc trò chuyện với người khác, thiếu kỹ năng giao tiếp xã hội, vụng về trong ứng xử... Căn cứ vào kết quả này, các nhà nghiên cứu đề nghị phương thức tốt nhất để vượt qua tâm trạng cô đơn là phải hoàn thiện những kỹ năng giao tiếp xã hội.

Những kết quả nghiên cứu nêu trên nói lên một thực tế mà bất cứ ai trong chúng ta cũng đều có thể tự cảm nhận được. Thật ra, khoảng cách giao tiếp giữa mỗi chúng ta với mọi người chung quanh hoàn toàn có thể vượt qua bằng vào việc hoàn thiện những phẩm chất tinh thần, mà cụ thể nhất là một cách nhìn tích cực về đời sống như đã thảo luận trong chương trước.

Bản chất của mỗi con người đều tốt đẹp. Vì thế, ngay cả những người bị xem là hiểm ác hoặc thô lỗ nhất cũng vẫn có những khía cạnh tích cực nhất định nào đó. Khi chúng ta chấp nhận quan điểm này, chúng ta sẽ dễ dàng hơn nhiều trong việc giao tiếp và tạo ra mối quan hệ thân mật với bất cứ ai.

Mặt khác, sự quan trọng hóa chính mình là một trong những khuynh hướng tự nhiên tạo ra khoảng cách trong giao tiếp. Khi giao tiếp với bất cứ ai, chúng ta thường có khuynh hướng e ngại, lo sợ việc người ấy sẽ đánh giá thấp về mình. Vì thế, chúng ta luôn cố gắng ứng xử theo một cung cách nhất định nào đó, đôi khi rất gượng ép, thiếu tự nhiên. Khi hiểu được và loại bỏ khuynh hướng này, sự giao tiếp sẽ trở nên cởi mở hơn, đôi bên không còn khoảng cách và dễ dàng tạo ra mối quan hệ thân thiết với nhau hơn.

Nhưng để có được một cái nhìn tích cực đối với bất cứ

ai trong giao tiếp là một điều không dễ dàng. Có những đối tượng giao tiếp mà khuynh hướng tự nhiên không mang lại cho chúng ta nhiều thiện cảm, trừ khi chúng ta phát khởi được một tình thương chân thật với tất cả mọi người. Trong thực tế, tình thương chân thật là yếu tố chính yếu, quan trọng nhất để tạo ra quan hệ thân thiết với bất cứ ai trong giao tiếp.

Chúng ta cần hiểu cụm từ tình thương ở đây theo nghĩa rộng nhất của nó. Đó là một tình cảm chỉ xuất hiện khi chúng ta thực sự nhận ra được bản chất tốt đẹp và quý giá của đời sống, và trên cơ sở đó mà phát khởi lòng yêu thương đối với tất cả mọi người, thậm chí là đối với tất cả mọi sinh vật đang sống trong thế giới này. Phật giáo gọi đây là lòng từ bi, và mô tả bằng cụm từ "ban vui, cứu khổ" (Từ năng dữ lạc, bi năng bạt khổ." Trong phạm vi vấn đề đang bàn đến, đây có thể nói là khái niệm chính xác và đầy đủ nhất.

Lòng từ bi tuy sẵn có nơi mỗi con người nhưng không phải tự nhiên mà có thể bộc lộ hay phát triển được. Chúng ta cần nhận thức rõ giá trị và lợi ích của nó trong đời sống, sau đó mới có thể dần dần nuôi dưỡng và phát triển. Và khi đã có được lòng từ bi, mọi cung cách ứng xử, giao tiếp của chúng ta với mọi người sẽ ngay lập tức thay đổi theo chiều hướng tích cực hơn.

Lòng từ bi tạo ra sự cởi mở và xóa bỏ khuynh hướng e ngại, lo sợ trong giao tiếp. Điều đó mang lại một không khí tích cực và thân thiện. Với các yếu tố này, trong giao tiếp bạn sẽ dễ dàng đạt được một mối quan hệ thân thiết với những tình cảm và đáp ứng tích cực từ người khác. Và ngay cả khi gặp phải những thái độ không thân thiện hay phản ứng không tích cực, thì sự cởi mở trong giao tiếp cũng giúp bạn có được một sự linh hoạt, uyển chuyển thích hợp, đảm bảo tối thiểu cũng có được một cuộc đối thoại hữu ích với người ấy.

Ngược lại, không có lòng từ bi, người ta sẽ luôn cảm thấy cách biệt với người khác, dễ cáu gắt, hoặc thiếu quan tâm đến người khác. Trong trường hợp này, ngay cả việc giao tiếp với những người bạn thân nhất cũng không thể mang lại sự thoải mái thật sự.

Khi giao tiếp, chúng ta luôn mong muốn, chờ đợi một thái độ tích cực từ phía người đối diện, thay vì là chủ động tạo ra những điều ấy. Đây là một khuynh hướng khá phổ biến, nhưng lại là một khuynh hướng sai lầm. Bởi vì chính khuynh hướng đòi hỏi nơi người khác như thế thường là trở ngại, rào chắn trong giao tiếp, và thường làm tăng thêm thay vì là xóa bỏ sự cách biệt vốn có giữa hai bên.

Vì thế, để vượt qua sự ngăn cách và cô đơn khi sống giữa mọi người, điều quan trọng là phải điều chỉnh quan điểm, thái độ của chính mình trong giao tiếp. Và việc nuôi dưỡng lòng từ bi chính là phương cách tốt nhất giúp ta làm được điều này.

CÁ NHÂN VÀ CỘNG ĐỒNG

Chúng ta đã đề cập đến bản chất tốt đẹp của con người. Nhưng ngay cả khi bạn chấp nhận quan điểm này thì những phẩm chất tốt đẹp của bạn cũng không nhờ đó mà có thể bộc lộ hoặc phát triển. Bạn cần có những nỗ lực đúng hướng khác nữa. Trong đó, lòng từ bi là một yếu tố cơ bản đóng vai trò quan trọng trong việc làm bộc lộ và phát triển những phẩm chất tốt đẹp của mỗi chúng ta. Xuất phát từ lòng từ bi, chúng ta dễ dàng hình thành những quan hệ giao tiếp tốt đẹp với mọi người chung quanh, vốn là yếu tố quyết định để bộc lộ và phát triển những phẩm chất tốt đẹp.

Bạn có thể hoài nghi về tính cách thiết yếu của mối quan hệ giao tiếp tốt đẹp với mọi người, nhưng đó là sự thật. Và bạn sẽ dễ dàng nhận ra điều này nếu bạn xét đến mối quan hệ không thể chia tách giữa mỗi cá nhân với cộng đồng mà mình đang sống, hay có thể nói rộng ra là với tất cả mọi người. Mỗi một phẩm chất tốt đẹp của chúng ta đều là hướng đến người khác. Chúng ta không thể yêu thương, cảm thông, chia sẻ, độ lượng, tử tế ... khi không có một đối tượng nào đó cần đến những điều này. Nói cách khác, cộng đồng quanh ta chính là điều kiện tất yếu để giúp ta bộc lộ, rèn luyện, trau giồi những phẩm chất tốt đẹp của mình. Trong ý nghĩa đó, chúng ta phải trân trọng và biết ơn sự hiện diện của mọi người quanh ta.

Mặt khác, những yếu tố cấu thành đời sống của chúng ta đều là kết quả có được từ nỗ lực của nhiều người khác. Như đã nói trong chương trước, để có một đời sống hạnh phúc, chúng ta cần có những điều kiện vật chất tối thiểu như cơm no, áo ấm, chỗ ở ổn định... Và tất cả những điều đó đều không thể có được nếu không có sự góp sức từ những người khác, từ cộng đồng quanh ta.

Nếu chúng ta lần lượt phân tích từng yếu tố, từng nhu cầu vật chất mà ta hiện đang có được trong cuộc sống, chúng ta sẽ nhận ra sự góp sức của rất nhiều người, ngay cả những người mà ta chưa từng quen biết. Ai đã làm nên căn nhà bạn đang sống? Ai đã làm ra bát cơm bạn đang ăn? Ai đã làm nên chiếc áo bạn đang mặc? Ngay cả những dòng chữ khi bạn đọc thấy trên trang sách này, cũng là kết quả của vô số những đóng góp, từ việc khai thác cây gỗ làm nên bột giấy, cho đến quá trình hình thành kỹ thuật in ấn vốn kéo dài qua nhiều thế kỷ... Không có những điều ấy, không thể có kết quả hiện tại mà chúng ta đang có được.

Cho dù là trực tiếp hay gián tiếp, sự tồn tại của mỗi cá nhân luôn phụ thuộc vào toàn thể cộng đồng. Ngay cả những gì mà chúng ta vẫn tưởng là tự mình làm được, thì thật ra vẫn phụ thuộc vào rất nhiều yếu tố có sự góp sức của người khác. Hiểu được điều này, chúng ta mới thấy hết tầm quan trọng của việc thiết lập mối quan hệ tốt đẹp với mọi người chung quanh.

NHỮNG QUAN HỆ THÂN THIẾT

Trọng tâm cuộc sống của chúng ta chính là những mối quan hệ thân thiết với những người chung quanh. Chính từ những mối quan hệ này mà chúng ta có được sức mạnh và niềm vui trong cuộc sống, và bằng những đóng góp của mình vào cuộc sống, chúng ta mang lại sức mạnh và niềm vui cho người khác. Đây là một trong số rất ít vấn đề mà khoa học hiện đại và tri thức truyền thống của con người có thể cùng nhất trí nhận định như nhau.

Điều mà bất cứ ai trong chúng ta cũng có thể dễ dàng nhận ra là những mối quan hệ thân thiết có tác dụng tích cực đối với chúng ta cả về tinh thần lẫn thể chất. Các nhà nghiên cứu đã nhận ra rằng những người có nhiều mối quan hệ thân thiết trong cuộc sống, nghĩa là có thể chia sẻ buồn vui, có thể nhận được sự khuyến khích, cảm thông, có thể được yêu thương trìu mến, sẽ có khả năng mạnh mẽ hơn trong việc chống chọi và vượt qua những tình trạng nghiêm trọng về sức khỏe, chẳng hạn như những cơn đau tim hay những lần phẫu thuật. Họ cũng giảm nhiều nguy cơ mắc bệnh ung thư hay nhiễm trùng đường phổi. Cụ thể, khi khảo sát trên 1.000 bệnh nhân tại Trung tâm Y khoa Đại học Duke, các nhà nghiên cứu đã ghi nhận rằng những bệnh nhân thiếu thốn tình cảm thân thiết - chẳng hạn như những người sống cô độc, không có vợ hoặc không có chồng - có tỷ lệ tử vong trong vòng 5 năm kể từ ngày phát hiện bệnh tim cao gấp 3 lần so với những người có bạn thân hay vợ hoặc chồng thường xuyên thăm viếng.

Một cuộc nghiên cứu khác tại Alameda County thuộc bang California được kéo dài trong một giai đoạn 9 năm với sự tham gia của nhiều ngàn người dân địa phương tại đây, ghi nhận kết quả là những người có nhiều mối quan hệ thân thiết trong giao tiếp có tỷ lệ tử vong và mắc bệnh ung thư thấp hơn nhiều so với những người sống cô độc thiếu tình cảm.

Một nghiên cứu thú vị khác tại Đại học Y khoa Nebraska cho thấy là những người lớn tuổi có được quan hệ thân thiết với bất kỳ ai đó - vợ, chồng, con, cháu, bạn thân... - có khả năng miễn nhiễm cao hơn và mức cholesterol thấp hơn so với những người phải sống cô độc thiếu quan hệ thân thiết.

Tương quan tích cực giữa những mối quan hệ giao tiếp thân thiết và sức khỏe đã là đối tượng trên diện rộng của hàng chục công trình nghiên cứu suốt trong một thập kỷ vừa qua. Mặc dù còn có những chi tiết cần tiếp tục khảo sát, nhưng tất cả các nhà nghiên cứu đều có thể đồng ý với nhau một điều là: những mối quan hệ giao tiếp thân thiết quả thật có ảnh hưởng tích cực đến sức khỏe của chúng ta.

Tình cảm thân thiết không chỉ ảnh hưởng tích cực đến sức khỏe, nó còn là điều kiện phát triển tốt cho những cảm xúc lành mạnh của tâm hồn. Triết gia tâm lý và xã hội học Erich Fromm sau nhiều năm nghiên cứu đã kết luận rằng: điều làm cho con người lo sợ nhất chính là bị chia cách với những người thân yêu của họ. Ông tin rằng, sự chia cách với người thân nếu xảy ra trong giai đoạn ấu thơ có thể để lại những ảnh hưởng tâm lý không tốt trong suốt cả cuộc đời. Một nhà tâm lý học người Anh nổi tiếng là John Bowlby cũng đồng ý với nhận xét này, và khẳng định là việc chia cách một đứa trẻ với những người chăm sóc nó - thường là cha và mẹ - vào khoảng cuối năm tuổi đầu tiên sẽ gây ra cảm giác lo sợ và buồn khổ. Ông cũng cho rằng đây chính là nguyên nhân tạo ra những cảm giác lo sợ, buồn khổ về sau này khi trẻ lớn lên.

Như vậy, có thể thấy là những nghiên cứu khoa học đã thống nhất chỉ ra được tầm quan trọng của những mối quan hệ thân thiết trong đời sống của mỗi chúng ta. Tuy nhiên, hiểu như thế nào về một "mối quan hệ thân thiết" vẫn còn là vấn đề còn nhiều bất đồng.

Một trong những cách hiểu cụ thể nhất được đưa ra bởi Desmond Morris, một tác giả đã viết khá nhiều tác phẩm về đề tài này. Ông cho rằng một mối quan hệ thân thiết là mối quan hệ biểu hiện qua sự tiếp xúc cụ thể về thể chất. Nói cách khác, mức độ thân thiết được đánh giá qua sự gần gũi về thể xác của hai con người. Từ những mức độ khá thông thường như một cái vỗ vai, bắt tay, cho đến ôm hôn, thậm chí là gắn bó qua quan hệ tình dục. Qua cách hiểu này, ông còn cho rằng không chỉ có quan hệ thân thiết giữa hai người, ngay cả những vật thể thường được tiếp xúc, đụng chạm cũng có thể tạo nên một mối quan hệ thân thiết với con người. Điều này giải thích tình cảm của một người dành cho những vật dụng thân quen như một chiếc tẩu thuốc, chiếc vòng đeo tay... Tuy nhiên, quan điểm này đã có vẻ như không được chấp nhận rộng rãi. Có quá nhiều người bất đồng với nó, và hầu hết đều cho rằng một quan hệ thân thiết không thể chỉ được hiểu giới hạn qua những tiếp xúc về thể chất.

Tiến sĩ Dan McAdams đưa ra một nhận xét trừu tượng hơn khi cho rằng quan hệ thân thiết là một quan hệ đáp ứng nhu cầu chia sẻ những cảm xúc sâu xa trong nội tâm của một người với người khác. Trong khi đó, tiến sĩ tâm lý Thomas Patrick Malone và con trai ông là tiến sĩ tâm lý Patrick Thomas Malone lại cho rằng một mối quan hệ thân thiết được biểu lộ qua sự liên kết chặt chẽ, và họ còn mở rộng khái niệm liên kết này đến các đối tượng không phải con người, chẳng hạn như khi con người cảm thấy mình có một mối liên kết chặt chẽ với thiên nhiên, cây cối, tinh tú, và thậm chí với không gian nữa.

Người ta cũng bất đồng với nhau cả về cách hiểu thế nào là một mối quan hệ thân thiết nhất. Ở phương Tây, người ta có khuynh hướng nghiêng về mối quan hệ tình cảm nam nữ hoặc quan hệ vợ chồng. Trong khi đó, ở Nhật Bản người ta lại trân trọng mối quan hệ bằng hữu hơn và tin rằng mối quan hệ thân thiết nhất chính là với một người bạn tâm đầu ý hợp.

Mỗi một quan điểm nêu trên đều có cơ sở khoa học nhất định. Tuy nhiên, có vẻ như không có cách hiểu nào là trọn vẹn cả. Điều đó là do mỗi quan điểm có khuynh hướng nhấn mạnh một khía cạnh của vấn đề. Trong thực tế, những mối quan hệ thân thiết luôn xuất phát từ tình cảm chân thật của mỗi chúng ta, và trước hết phải là mối quan hệ hướng đến người khác, mặc dù chúng ta không phủ nhận những mối liên hệ với môi trường sống như thiên nhiên, cây cỏ... Chính vì vậy mà ngay khi năng lực giao tiếp được hình thành đầy đủ, chúng ta luôn có khuynh hướng tìm kiếm những mối quan hệ thân thiết trong cuộc sống. Điều này không xảy ra một cách tự nhiên mà liên quan đến những nỗ lực tự thân cụ thể cũng như những quan điểm xã hội, môi trường giáo dục mà chúng ta được đào luyện từ thuở nhỏ.

Nhưng thật là một điều mâu thuẫn khi khuynh hướng đề cao cá nhân luôn thôi thúc chúng ta hướng đến sự độc lập, không phụ thuộc vào người khác, trong khi thực tế lại chứng minh là không thể có sự tồn tại của bất cứ cá nhân nào không phụ thuộc vào người khác. Hầu hết chúng ta đều có ít nhất là một lần khao khát, tìm kiếm và mong mỏi thiết lập mối quan hệ thân thiết với người mà chúng ta hết lòng yêu thương. Đôi khi chúng ta phải mất rất nhiều công sức, nỗ lực cho mục đích này. Chúng ta hy vọng là với một mối quan hệ thân thiết cùng ai đó, chúng ta sẽ thoát khỏi được tâm trạng cô đơn trong cuộc sống; nhưng cùng lúc, chúng ta vẫn nuôi ảo tưởng là mình không phụ thuộc vào bất kỳ ai khác.

Nếu chúng ta hiểu và nhận thức đúng vấn đề, chúng ta sẽ không cảm thấy khó khăn trong việc tìm kiếm và thiết lập một mối quan hệ thân thiết cùng ai đó. Chúng ta sẽ không phải bỏ công tìm kiếm, chọn lọc trong vô số con người để mong mỏi gặp được chỉ một người duy nhất mà ta có thể san sẻ mọi nỗi niềm. Khi tâm hồn chúng ta rộng mở, chúng ta sẽ thấy rằng mối quan hệ thân thiết có thể và cần được thiết lập với càng nhiều người càng tốt. Trong thực tế, mục tiêu tốt đẹp mà chúng ta nhắm đến chính là có thể quan hệ thân thiết, gần gũi với tất cả mọi người.

Trong cuộc sống thực tế với quá nhiều khoảng cách trong giao tiếp, với những sự e dè, đề phòng người khác, chúng ta thường bị giới hạn mối quan hệ thân thiết gần gũi với một số rất ít người, thậm chí trong nhiều trường hợp chỉ là một người duy nhất, người luôn gắn bó với ta trong cuộc sống chung. Đây là một thực tế không thể phủ nhận được. Tuy nhiên, xét từ góc độ những phẩm chất tốt đẹp của con người thì đây không phải là một thực tế đáng khích lệ chút nào. Chúng ta luôn có nhu cầu chia sẻ những buồn vui trong cuộc sống với người khác, và sự hiện diện của mọi người quanh ta xét cho cùng chính là để cho ta có thể làm được điều đó. Nhưng khi mà con người vẫn chưa vượt qua được những rào chắn do chính mình tạo ra để làm được điều này, thì chúng ta vẫn đang giới hạn nguồn hạnh phúc vô biên mà lẽ ra tất cả chúng ta đều có thể được cùng nhau tận hưởng.

CẢM THÔNG VÀ CHIA SẺ

Khi hiểu được tầm quan trọng và ý nghĩa tích cực của những mối quan hệ thân thiết với người khác trong cuộc sống, điều tất nhiên là chúng ta sẽ mong muốn thiết lập mối quan hệ thân thiết với tất cả những ai mà chúng ta may mắn có cơ hội được tiếp xúc. Tuy nhiên, trong thực tế thì điều này gặp phải những trở lực nhất định. Trừ khi chúng ta có được hiểu biết và sự rèn luyện hoặc tu dưỡng tinh thần đủ để vượt qua những trở lực này, bằng không thì việc thiết lập quan hệ thân thiết với tất cả mọi người vẫn chỉ là một vấn đề trên lý thuyết mà thôi.

Phần lớn chúng ta đều hiểu rằng việc giao tiếp với người khác là một nghệ thuật theo đúng nghĩa của nó, nghĩa là đòi hỏi nhiều hiểu biết tinh tế, phức tạp, kèm theo với sự khéo léo và kinh nghiệm. Trong một chừng mực nào đó, có thể so sánh với nghệ thuật nấu ăn chẳng hạn. Mặc dù ai cũng có thể tìm được đầy đủ các nguyên liệu cần thiết, nhưng để nấu thành một món ăn ngon thì còn có rất nhiều yếu tố phức tạp khác. Một người nấu ăn ngon là một nghệ nhân với những kinh nghiệm và kỹ năng khéo léo nhất định mà không phải ai ai cũng có thể bắt chước làm theo ngay được.

Cũng vậy, kỹ năng giao tế nói chung và việc thiết lập mối quan hệ thân thiết với mọi người nói riêng đòi hỏi phải biết vận dụng thật linh hoạt nhiều yếu tố tự thân để có thể nắm chắc sự thành công, vượt qua được những trở lực trong giao tiếp. Và hoàn toàn không thể có những phương pháp mang tính hệ thống để bất cứ ai cũng có thể theo đó mà thực hành. Tuy vậy, có những yếu tố mà chúng ta cần lưu tâm vì nó góp phần tạo ra sự dễ dàng cho chúng ta trong việc thiết lập mối quan hệ thân thiết với người khác.

Lòng từ bi là một trong các yếu tố quan trọng đó. Lòng từ bi của một người có khả năng tạo ra cảm giác thân thiện trong giao tiếp ngay từ giây phút đầu tiên, bởi vì hầu hết những người khác đều có thể cảm nhận được nó.

Như đã nói, tuy mọi người đều sẵn có lòng từ bi nhưng mỗi chúng ta đều cần phải biết nuôi dưỡng và phát triển nó. Để làm được điều này, chúng ta cần có sự chiêm nghiệm và quán xét thường xuyên về những giá trị tích cực và lợi ích của lòng từ bi trong cuộc sống. Chúng ta cũng cần tự phân tích những cảm nhận của bản thân mình khi được tiếp xúc với ai đó có lòng từ bi, hoặc đơn giản hơn là khi nhận được một cử chỉ tốt bụng, tử tế từ người khác. Những điều này nếu được thực hành thường xuyên sẽ giúp chúng ta nuôi dưỡng và phát triển được lòng từ bi trong cuộc sống.

Sự cảm thông là một khía cạnh quan trọng khác cần được nhắc đến của lòng từ bi. Như đã nói, Phật giáo định nghĩa lòng từ bi với hai yếu tố là cứu khổ, ban vui. Để làm được những điều này, tất yếu phải có sự cảm thông. Chúng ta không thể chân thành chia sẻ những khổ đau của người khác nếu không tự mình cảm nhận được những khổ đau đó. Chúng ta không thể thực sự mang lại niềm vui cho người khác nếu không tự mình cảm nhận và vui theo với niềm vui ấy. Vì thế, một trong những phương pháp để nuôi dưỡng lòng từ bi là phải biết cảm thông, có khả năng cảm nhận được nỗi khổ đau của người khác.

Để rèn luyện đức tính này, chúng ta có thể thực hành việc hình dung ra những hoàn cảnh mà trong đó có người đang chịu đựng khổ đau, và cố gắng hình dung những khổ đau mà người ấy đang phải gánh chịu. Điều này có vẻ như không khó lắm trong thế giới hiện đại mà chúng ta đang sống. Mỗi ngày chúng ta đều được chứng kiến những hình ảnh về các nạn nhân của chiến tranh, bạo động, đói kém, thiên tai... Chỉ cần một chút quan tâm, chúng ta sẽ có thể thực sự rung động trước nỗi đau của những con người ấy, và có thể cảm nhận được nếu hình dung chính mình rơi vào một hoàn cảnh tương tự...

Mặc dù bản chất tốt đẹp là như nhau, nhưng môi trường sống có thể tạo ra những mức độ cảm nhận và rung động khác nhau ở mỗi người. Chẳng hạn, trong khi đa số mọi người có thể xúc động trước hình ảnh con vật kêu la vùng vẫy một cách tuyệt vọng trước khi bị giết thịt, thì một người đồ tể đã quen thuộc với công việc sẽ vẫn cảm thấy dửng dưng. Trong cuộc sống, chúng ta thỉnh thoảng cũng gặp những con người dửng dưng như thế trước nỗi đau của đồng loại. Với những người này thì sự thực tập lòng từ bi cần được thực hiện với một mức độ khác hơn, chẳng hạn như họ có thể sẽ xúc động nếu như đối tượng đau khổ là một người rất thân yêu của họ...

Khía cạnh tích cực của vấn đề là, cho dù điểm khởi đầu có thể khác biệt nhau, nhưng bất cứ ai khi thực hành nuôi dưỡng lòng từ bi đều sẽ đạt đến những mức độ phát triển mong muốn. Nói cách khác, sự rung động trước nỗi khổ đau của người khác sẽ phát triển ngày càng nhạy cảm hơn khi bạn thực hành nuôi dưỡng lòng từ bi.

Bạn cũng có thể có được sự cảm thông sâu sắc bằng cách hình dung chính mình ở vào hoàn cảnh của người khác, hình dung những cảm nhận hoặc phản ứng của chính mình trong hoàn cảnh đó, không phải dựa trên quan điểm, cách nhìn của mình mà là cố gắng hình dung theo với quan điểm, cách nhìn của chính người đó. Điều này chẳng những có thể giúp bạn có được sự cảm thông chân thành và sâu sắc với người khác, mà còn tạo ra thói quen biết tôn trọng những cảm nhận, suy nghĩ của người khác. Đây là một yếu tố vô cùng quan trọng có thể làm giảm nhẹ những vấn đề mâu thuẫn, xung đột trong giao tiếp.

Trong thực tế, chúng ta không phải lúc nào cũng chủ động trong việc tiếp cận người khác. Và có nhiều trường hợp chúng ta có thể dễ dàng trở nên bực tức, cáu gắt hoặc giận dữ bởi cung cách ứng xử của ai đó mà ta cảm thấy là không hợp lý, xúc phạm hoặc dối trá... Hầu hết những cảm xúc tiêu cực trong các trường hợp này đều có thể được loại bỏ đi nếu chúng ta biết đặt mình vào hoàn cảnh của đối tượng và cảm thông với những gì mà họ đang trải qua.

Mỗi con người là một thực thể sống động và vô cùng phức tạp. Giữa hai con người bao giờ cũng có một số điểm chung nào đó, nhưng đồng thời cũng có rất nhiều điều khác biệt. Trong thực tế, chưa từng có hai con người nào có thể gọi là giống hệt như nhau. Trong nghệ thuật giao tiếp, để dễ dàng thiết lập quan hệ thân thiết với ai đó, chúng ta cần biết cách tiếp cận với người ấy bắt đầu từ những điểm tương đồng thay vì là những điểm khác biệt. Đứng trên quan điểm này, chúng ta có rất nhiều điểm chung để xây dựng một quan hệ thân thiết, chẳng hạn như tất cả chúng ta đều là những con người với những nền tảng thể chất, tinh thần, tình cảm... giống như nhau, tất cả chúng ta cuối cùng đều sẽ chết đi, tất cả chúng ta đều mong muốn một cuộc sống hạnh phúc và không muốn phải chịu đựng đau khổ... Chúng ta sẽ dễ dàng cảm thông nhau trên cơ sở những điểm chung đại loại như thế, và sẽ cảm thấy cách biệt nhau nếu xét đến những yếu tố khác biệt như dòng tộc, màu da, tôn giáo hay sở thích cá nhân...

Ngoài ra, việc hiểu được và tôn trọng những khác biệt của người mình giao tiếp, cộng thêm với sự chân thành và cởi mở cũng là những yếu tố tích cực thúc đẩy việc hình thành mối quan hệ thân thiết.

Cuối cùng, tưởng cũng nên nhắc lại một lần nữa là không có bất cứ một phương thức cụ thể nào để chúng ta có thể tuân theo đó nhằm đạt được thành công trong việc thiết lập một mối quan hệ thân thiết với người khác. Tất cả chỉ là những gợi ý chung, và điều quan trọng hơn hết vẫn là một tấm lòng chân thành rộng mở kèm theo với sự sáng tạo và những kỹ năng linh hoạt xuất phát từ kinh nghiệm cá nhân.

NỀN TẢNG CỦA NHỮNG QUAN HỆ

Chúng ta không phủ nhận tính chất khá phức tạp của những mối quan hệ tình cảm. Tuy nhiên, về cơ bản thì chúng vẫn nhất thiết phải tuân theo một số nguyên tắc nhất định. Khi không quan tâm đến hoặc không hiểu được những nguyên tắc này, chúng ta sẽ không hiểu được một số những diễn tiến tất nhiên của một mối quan hệ, và điều đó làm cho vấn đề có vẻ như càng phức tạp hơn.

Một quan hệ tình cảm bao giờ cũng được xây dựng trên một nền tảng nhất định nào đó, và chính nền tảng này sẽ quyết định tính chất của mối quan hệ ấy. Đôi khi, chúng ta quan sát vẻ ngoài và thấy rằng một vài mối quan hệ nào đó là tương tự như nhau, nhưng chúng lại thực sự được xây dựng trên những nền tảng khác nhau, và điều đó tất yếu sẽ dẫn đến những diễn tiến khác nhau.

Những mối quan hệ thông thường như quan hệ bạn bè, quan hệ tình yêu nam nữ hay quan hệ vợ chồng... nói chung đều tuân theo quy luật này. Lấy ví dụ, hai người bạn làm quen với nhau trên nền tảng có sự tương đồng về công việc. Họ có thể sẽ duy trì quan hệ qua lại, giao tiếp cùng nhau bao lâu mà sự tương đồng về công việc vẫn còn tồn tại. Tuy nhiên, nếu mối quan hệ ấy không phát triển bằng vào một khía cạnh nào khác nữa, cả hai sẽ không còn cảm thấy cần phải giao tiếp với nhau khi không có gì để trao đổi trên công việc. Tương tự, nếu hai người khác phái say mê nhau qua dáng vẻ xinh đẹp, quyến rũ bên ngoài, mối quan hệ giữa họ sẽ không có được một nền tảng chắc chắn, bởi vì các yếu tố hình thức là không bền vững và ngay cả những cảm nhận về nó cũng dễ dàng thay đổi. Hầu hết những cuộc hôn nhân tan rã đều rơi vào trường hợp tương tự như vậy, khi hai người đến với nhau và xây dựng quan hệ vợ chồng trên những nền tảng không vững chắc.

Ngày nay, người ta hay than phiền về sự suy sụp của tinh thần "tôn sư trọng đạo". Nhưng nếu xét trên cơ sở của những gì mà chúng ta đang bàn đến, vấn đề rõ ràng là vẫn có cơ sở hợp lý của nó. Trong bối cảnh của một lớp học mà thầy là người cần tiền và học trò cần kiến thức, thì mối quan hệ xây dựng trên nền tảng ấy tất yếu không thể là gì khác hơn ngoài một sự trao đổi nhất thời. Ngược lại, khi những học trò cũ của tôi sau nhiều năm vào đời vẫn thường xuyên quay về thăm viếng, tôi hiểu là họ đã nhận được điều gì đó không chỉ giới hạn trong những tri thức của một năm học.

Có những mối quan hệ được xây dựng trên nền tảng của vật chất, tiền bạc hay quyền thế, địa vị. Những mối quan hệ này tất yếu sẽ sụp đổ khi các yếu tố ấy không còn nữa. Có những mối quan hệ được xây dựng trên nền tảng của sự gần gũi về tình cảm, tư tưởng hoặc sự cảm thông, chia sẻ và gắn bó. Những mối quan hệ này tất yếu sẽ không chịu sự chi phối của những thay đổi về vật chất và do đó có thể tồn tại dài lâu. Trong cách phân biệt thông thường, chúng ta gọi đây là quan hệ tình cảm chân thật và yếu tố cơ bản để nuôi dưỡng nó chính là cảm xúc chân thật. Không có cảm xúc chân thật, không thể có những quan hệ tình cảm chân thật.

Để đảm bảo sự bền vững của một quan hệ, điều tất nhiên là phải xem xét đến nền tảng của mối quan hệ đó. Khi hai người tiến đến hôn nhân chẳng hạn, nếu là một quyết định sau khi đã thực sự hiểu rõ về nhau và chấp nhận tất cả những gì đã biết, ta có thể tin được về sự tồn tại lâu dài của quan hệ ấy. Ngược lại, nếu sự gắn bó giữa hai người được xây dựng trên nền tảng của những vẻ đẹp bề ngoài hay những quan hệ vật chất, ta có thể dự đoán được tính chất bấp bênh và nguy cơ tan vỡ rất cao của mối quan hệ này.

Nhưng nền tảng của một mối quan hệ không phải là những yếu tố bất biến, mà chúng ta có thể thay đổi bằng cách bồi đắp, nuôi dưỡng nó như một phương thức để củng cố quan hệ tốt đẹp. Chẳng hạn, hai người có thể làm quen nhau và xây dựng quan hệ trên những điểm chung rất nhỏ nhặt và không bền vững, nhưng sau đó họ có thể tiếp tục tìm hiểu nhiều hơn và tiến dần đến những tương đồng sâu sắc, gắn bó hơn. Như vậy, nền tảng mối quan hệ của họ sẽ ngày càng vững chắc hơn và do đó mà mối quan hệ này tất nhiên sẽ có điều kiện để tồn tại và phát triển.

Mặt khác, những nền tảng ban đầu dù tốt đẹp nhưng đôi khi không đủ cho sự tồn tại và phát triển lâu dài của một mối quan hệ. Chẳng hạn, sự phát triển của quan hệ hôn nhân lâu dài đòi hỏi nhiều hơn là những gì mà hai người có được vào lúc ban đầu. Những hiểu biết về nhau và sự chân thành chia sẻ, gắn bó là cần thiết nhưng chưa đủ. Khi một gia đình thực sự được hình thành, yếu tố trách nhiệm trở nên thiết yếu để đảm bảo sự tồn tại và phát triển tốt của gia đình, hay nói cụ thể hơn là sự nuôi dưỡng và dạy dỗ con cái. Không có yếu tố này, quan hệ tình cảm dù có sâu đậm đến đâu cũng tất yếu sẽ có ngày sụp đổ.

Khi xem xét đến nền tảng của những mối quan hệ, chúng ta có thể hiểu được và nắm vững sự hình thành, phát triển, tồn tại của chúng. Điều đó giúp chúng ta chủ động hơn trong việc thiết lập và nuôi dưỡng những mối quan hệ tích cực trong cuộc sống. Khi một mối quan hệ được thiết lập trên nền tảng của những cảm xúc và lòng yêu thương chân thật cùng với sự hiểu biết và tôn trọng lẫn nhau, chúng ta sẽ mở ra được những khả năng phát triển không giới hạn và những cơ hội gắn bó ngày càng thân thiết hơn.

TỪ BI VÀ ÁI LUYẾN

Chúng ta đã nói đến lòng từ bi như là một phẩm chất tốt đẹp quan trọng giúp hình thành mối quan hệ thân thiết giữa những con người. Trong thực tế, lòng từ bi rất dễ nhầm lẫn với một khái niệm khác nữa, đó là ái luyến. Khi bạn hướng sự yêu thương vào một ai đó, mong mỏi chia sẻ những khó khăn và sẵn lòng làm bất cứ điều gì cho người ấy, bạn có thể rơi vào một trong hai trường hợp này.

Khi sự yêu thương gắn liền với ý tưởng chiếm hữu hoặc gắn bó, mong muốn một tình cảm đáp lại từ đối tượng, đây là một trường hợp ái luyến. Hầu hết những yêu thương tự phát và thiếu sự rèn luyện tinh thần, thiếu hiểu biết thường rơi vào trường hợp này. Sự ái luyến mang tính cách chủ quan và phụ thuộc vào định kiến. Khi gắn bó quan hệ với một người bạn và cảm thấy yêu thương, ta đối xử tốt với người ấy, tình cảm này sẽ dẫn đến cảm xúc luyến ái và gần gũi. Nhưng khi có một thay đổi nào đó, chẳng hạn như một sự bất đồng ý kiến, hoặc người bạn ấy có một hành vi nào đó làm cho ta tức giận... tất cả tình cảm sẽ sụp đổ. Trong thực tế, tình cảm yêu thương loại này rất dễ dàng chuyển sang thành căm ghét.

Lòng từ bi thì khác. Điểm tương đồng ở đây là ước muốn san sẻ khổ đau và mang lại niềm vui cho người khác, nhưng điểm khác biệt cơ bản là lòng từ bi hướng đến mọi người chứ không chỉ riêng một đối tượng cá biệt nào, và không đòi hỏi, mong cầu một sự đáp lại từ phía đối tượng, cũng như không kèm theo ý muốn chiếm hữu đối tượng. Lòng từ bi xuất phát từ sự cảm thông sâu sắc, cảm nhận được nỗi đau của người khác nên muốn san sẻ, muốn mang lại niềm vui cho mọi người.

Lòng từ bi hàm chứa một mong muốn mãnh liệt cho tất cả mọi người đều thoát khỏi khổ đau, đều nhận được cuộc sống an vui, tốt đẹp. Với cách diễn đạt này, chúng ta có thể thấy rằng đây là một mong muốn hết sức thanh cao, thánh thiện. Chính vì vậy, theo cách nghĩ thông thường người ta vẫn cho rằng chỉ có những bậc cao tăng, những vị tu hành đắc đạo mới có được lòng từ bi mà thôi. Đây là một cách nghĩ hoàn toàn sai lầm. Bởi vì như đã nói, bản chất của mỗi con người chúng ta là những phẩm chất tốt đẹp, và một trong những phẩm chất tốt đẹp ấy chính là lòng từ bi.

Nói cách khác, mỗi chúng ta đều sẵn có lòng từ bi trong tâm ý, chỉ khác nhau về mức độ biểu lộ, phát triển của nó mà thôi. Có thể lấy một ví dụ để làm rõ điều này. Khi nhìn thấy một ai đó phải chịu đựng đau khổ, tự thâm tâm chúng ta thường tự nhiên nảy sinh một cảm giác thương cảm rất tự nhiên và mong muốn cho sự đau khổ ấy được chấm dứt ngay. Thậm chí, cảm giác này ở rất nhiều người trong chúng ta còn mở rộng đến cả loài vật, chẳng hạn như khi nhìn thấy một con chó bị đánh đập, một con chuột bị mèo xé xác, hay một con cá mắc câu giãy giụa... Cảm xúc tự nhiên ấy không phải gì khác mà chính là biểu hiện của lòng từ bi, bởi vì nó được phát sinh vô điều kiện, không kèm theo với bất cứ mong cầu nào về sự đáp trả của đối tượng.

Mặc dù lòng từ bi là sẵn có ở mỗi người, nhưng để có thể phát triển nó thành một cảm xúc mãnh liệt và hiện diện thường xuyên trong tâm ý, chúng ta cần có sự rèn luyện, tu dưỡng.

Lòng từ bi là một cảm xúc mang tính chất tích cực, vì thế nó là một trong những nguồn hạnh phúc cho cuộc sống của chúng ta. Ngược lại, sự ái luyến là một cảm xúc bắt nguồn từ lòng tham lam, từ mong muốn chiếm hữu đối tượng, vì thế nó là một trong những nguyên nhân gây khổ đau cho cuộc sống.

Vấn đề đặt ra ở đây là, hai cảm xúc mang tính chất trái ngược nhau như thế lại rất dễ nhầm lẫn với nhau, bởi vì những gì mà chúng biểu hiện ra bề ngoài lại có vẻ như rất giống nhau. Chúng ta cần phải biết quan sát, phân tích về mặt bản chất mới có thể nhận ra và phân biệt được hai loại cảm xúc này.

Như đã nói, lòng từ bi là cảm xúc yêu thương vô điều kiện, không đòi hỏi bất cứ một đáp ứng nào, trong khi cảm xúc yêu thương do ái luyến luôn đi kèm với mong muốn chiếm hữu và đòi hỏi những đáp ứng nhất định từ đối tượng. Mặt khác, chúng ta có thể cảm nhận được những tác động khác nhau của hai loại cảm xúc này đối với tâm hồn. Trong khi lòng từ bi mang lại sự thanh thản và sáng suốt thì ái luyến gây ra khổ đau và mê muội.

Một điều cần lưu ý là lòng từ bi và ái luyến có thể đồng thời hiện hữu. Bởi vì như đã nói, mức độ biểu lộ của lòng từ bi không phải tự nhiên mà có thể trở nên mạnh mẽ. Vì thế, một khi lòng từ bi không được phát triển mạnh thì ái luyến sẽ tăng trưởng. Ngược lại, khi phát triển lòng từ bi thì cảm xúc ái luyến dần dần bị đẩy lùi. Như vậy, sự đối kháng giữa hai cảm xúc này cũng cho ta thấy sự hiện hữu đồng thời của chúng. Trong thực tế, chính sự nhầm lẫn giữa hai cảm xúc này là một tai hại vô cùng đáng sợ và đã từng gây ra nhiều bi kịch đáng tiếc cho những người tu tập. Nhưng khi hiểu đúng về bản chất của chúng, ta có thể vận dụng một cách thích hợp để củng cố những mối quan hệ tốt đẹp trong cuộc sống.

Chẳng hạn, bằng vào những phân tích trên chúng ta có thể thấy rằng tình yêu nam nữ thực chất là một cảm xúc ái luyến. Chính điều này giải thích vì sao xưa nay nó đã từng mang lại quá nhiều khổ đau cho nhân loại. Mặc dù vậy, khi hai người thực sự đến với nhau qua tình yêu, họ vẫn có thể tiếp tục gắn bó hạnh phúc với nhau lâu dài - và điều này rõ ràng là có thật - qua việc phát triển những yếu tố tích cực khác, chẳng hạn như sự hiểu biết sâu sắc về nhau, sự cảm thông, tôn trọng lẫn nhau. Chính những yếu tố tích cực này làm phát triển lòng từ bi và làm cho ý hướng chiếm hữu mất dần đi. Thật ra, chúng ta vẫn thường thấy có rất nhiều tình yêu phát triển theo hướng này và thường gọi đó là những tình yêu cao quý, khi mà hai người yêu nhau sẵn sàng hy sinh cho nhau mà không đòi hỏi bất cứ sự đáp ứng nào. Chính đây là biểu hiện sự phát triển của lòng từ bi đẩy lùi ái luyến. Và vì thế không có gì lạ khi những tình yêu như thế có thể tồn tại dài lâu và mang lại hạnh phúc cho cả hai người. Ngược lại, những người đến với nhau chỉ đơn thuần qua cảm xúc ái luyến sẽ không thể đảm bảo có được một quan hệ lâu bền. Như vậy, một trong những quy luật mà chúng ta có thể rút ra được là cần phải phát triển lòng từ bi trong bất cứ mối quan hệ nào nếu như chúng ta muốn đảm bảo rằng quan hệ đó sẽ được bền vững.

Cho dù lòng từ bi hiện hữu ở tất cả chúng ta với những mức độ khác nhau, nhưng nếu không nhận thức một cách đúng đắn, chúng ta rất ít khi có khả năng hiểu được điều này. Ngược lại, khi đã nhận ra và biết được những lợi ích lớn lao, những tác dụng tích cực của lòng từ bi trong cuộc sống, chúng ta sẽ quan tâm và nỗ lực nhiều hơn trong việc nuôi dưỡng, phát triển lòng từ bi.

NUÔI DƯỠNG LÒNG TỪ BI

Lòng từ bi không phải là một khái niệm trừu tượng khó nắm bắt như nhiều người vẫn tưởng. Trong thực tế, để có thể nuôi dưỡng và phát triển lòng từ bi thì điều kiện trước tiên hết là chúng ta phải hiểu và cảm nhận được nó một cách thật cụ thể. Có nhiều phương pháp thực hành có thể giúp chúng ta đạt được điều đó.

Chúng ta hãy bắt đầu bằng cách phân tích những cảm nhận của chính mình khi được một người nào đó đối xử tốt. Chúng ta cần phải cảm nhận thật trọn vẹn sự hài lòng và sung sướng cũng như cảm giác trân trọng khi nhận được một sự giúp đỡ chân thành, một tình cảm vô điều kiện, hoặc một sự cảm thông chia sẻ từ người khác khi ta đang buồn khổ hoặc khó khăn. Khi thực hành những bài tập phân tích này, chúng ta sẽ dần dần hiểu được ý nghĩa của lòng từ bi và tự nhiên nảy sinh một ước muốn thực hiện những điều tốt đẹp tương tự với người khác.

Tiếp đó, khi thực sự bắt tay vào việc giúp đỡ hoặc chia sẻ khó khăn cùng người khác mỗi khi có dịp, chúng ta sẽ nhanh chóng nhận ra là mọi người khác cũng có khuynh hướng đối xử tốt với ta nhiều hơn. Khuynh hướng tương quan này là có thật, và trong đó yếu tố chuyển hóa tự thân của chúng ta đóng vai trò quyết định. Khi ta đối xử tốt với người khác, ta nhận được sự đáp ứng tích cực - dù là không đòi hỏi - không chỉ từ nơi đối tượng của hành vi, mà còn là từ nhiều người khác nữa. Mặt khác, với một cách nhìn tích cực xuất phát từ lòng tốt, ta dễ có khuynh hướng cảm thông và bỏ qua những khiếm khuyết của người khác, nên cuộc sống quanh ta tất yếu sẽ chuyển biến một cách tích cực, tươi đẹp hơn.

Để có thể chân thành cảm thông và chia sẻ được những đau khổ của người khác, ta cần phải có được năng lực cảm nhận những đau khổ đó như là đang xảy ra cho chính bản thân mình. Tuy nhiên, điều khác biệt mà ta có thể nhận ra ở đây là, trong khi những đau khổ do cuộc sống đưa đẩy xảy đến với chúng ta làm cho ta bối rối, thất vọng và thậm chí có thể ngã quỵ, thì những đau khổ mà chúng ta tự nguyện gánh vác, san sẻ cùng người khác lại có tác dụng khơi dậy mọi nguồn năng lực trong ta với quyết tâm mạnh mẽ không thể gục ngã trước những đau khổ ấy. Hình ảnh những nhân viên Hồng thập tự trên chiến trường là một minh họa vô cùng rõ nét cho nhận xét này. Không ai trong chúng ta có thể phủ nhận được sự gan dạ và quyết tâm của họ, có thể là vượt xa hơn cả bản thân những người lính đang tham chiến.

Nhận thức rõ về những lợi ích thiết thực của lòng từ bi cũng là một phương thức tích cực giúp chúng ta nuôi dưỡng và phát triển nó trong cuộc sống. Mối tương quan giữa lòng từ bi và niềm vui trong cuộc sống là điều mà mỗi chúng ta đều có thể nhận ra. Nhưng còn hơn thế nữa, những nghiên cứu khoa học gần đây đã cho thấy những kết quả cụ thể mà không ai có thể phủ nhận được.

Tại Đại học Harvard, nhà tâm lý học David McClelland đã tiến hành cuộc khảo sát trên một nhóm sinh viên của trường. Trước hết, họ được cho xem một cuốn phim về những hoạt động nhân đạo của Mẹ Teresa với những người nghèo khổ và bệnh tật tại Calcutta, Ấn Độ. Những sinh viên này thừa nhận là cuốn phim đã làm họ xúc động và gợi lên sự thương cảm mạnh mẽ. Ngay sau đó, David tiến hành phân tích mẫu nước bọt của tất cả những sinh viên này và tìm thấy một kết quả chung: sự gia tăng nồng độ immunoglobulin-A, một chất kháng thể có công năng giúp cơ thể chống lại các bệnh nhiễm trùng đường hô hấp.

Một cuộc nghiên cứu khác được James House thực hiện tại Trung tâm nghiên cứu của Đại học Michigan. Kết quả nghiên cứu cho thấy việc thường xuyên tình nguyện tham gia các hoạt động nhân đạo và đối xử một cách thương yêu, tử tế với người khác là những yếu tố giúp gia tăng tuổi thọ cũng như làm tăng thêm sinh lực. Nhiều cuộc nghiên cứu khác cũng đi đến kết quả tương tự, xác nhận rằng những trạng thái tinh thần tích cực luôn có tác dụng hoàn thiện sức khỏe con người.

NHẬP TỪ BI QUÁN

Thuật ngữ Phật giáo này có thể là còn xa lạ với một số người, nhưng thật ra nó không có gì cao siêu bí ẩn mà chính là hàm chứa những gì chúng ta đã thảo luận về lòng từ bi cho đến lúc này. Tuy nhiên, chúng ta sẽ nhắc lại theo một trình tự cụ thể và liên kết chặt chẽ hơn để mỗi người trong chúng ta đều có thể dễ dàng thực hành phép quán này ngay trong cuộc sống hằng ngày.

Phép quán từ bi có công năng làm sinh khởi và nuôi dưỡng lòng từ bi trong mỗi chúng ta. Bất cứ ai cũng có thể và nên thực hành phép quán này như một phương thức đơn giản nhưng vô cùng hữu hiệu để phát triển lòng từ bi. Mỗi lần thực hành nên kéo dài ít nhất là 5 phút và có thể lâu hơn càng tốt, nếu điều kiện cho phép.

Để thực hành phép quán này, trước hết bạn cần một nơi yên tĩnh - một góc nhỏ trong nhà, phòng khách, phòng ngủ... hoặc bất cứ nơi đâu thuận tiện. Ngồi xuống với tư thế thật thoải mái. Có thể ngồi trên ghế tựa buông thõng hai chân, nhưng tốt nhất là ngồi xếp bằng trên giường hoặc trên sàn nhà với một tấm lót mỏng, hai chân tréo vào nhau hoặc chân trên chân dưới. Chọn cách nào cũng được, nhưng cần phải giữ lưng thẳng đứng và vững chãi, không tựa lưng ra sau hoặc để lưng cong xuống. Hai tay đặt trên đùi hoặc trước bụng, lòng bàn tay ngửa lên.

Sau khi ngồi yên, bắt đầu giữ hơi thở điều hòa trong chừng một phút và bắt đầu quán tưởng. Trước hết, hãy nghĩ đến một nỗi khổ đau nào đó và tự mình xác định là không mong muốn xảy đến cho mình. Có thể chọn bất cứ hình ảnh khổ đau nào có ấn tượng mạnh nhất đối với bạn để quán tưởng. Có thể là bệnh khổ, tai nạn, chết chóc... hay bất kỳ nỗi khổ nào mà bình thường bạn vẫn e sợ nhất. Tập trung suy nghĩ về nỗi khổ đó và chắc chắn là bạn không muốn nó xảy ra với mình, bởi vì bạn chỉ mong muốn và biết chắc là mình có thể được hưởng một cuộc sống an vui, hạnh phúc. Khi quán tưởng điều này, bạn hoàn toàn dựa vào những kinh nghiệm thực có của bản thân mà không phải là những sự mô tả từ bất kỳ ai khác.

Khi những ý tưởng này đã trở nên vững chắc, bạn bắt đầu mở rộng sự quán tưởng để thấy rằng tất cả những người khác - thậm chí là những sinh vật khác - cũng không khác gì bạn về điểm này. Nghĩa là, tất cả đều không muốn phải chịu đựng khổ đau và đều mong muốn được sống an vui, hạnh phúc.

Tiếp theo, bạn hãy hình dung một người nào đó không may phải chịu đựng nỗi khổ đau mà bạn vừa quán xét. Hãy cố gắng nghĩ thật nhiều về việc người ấy sẽ phải chịu đựng những đau đớn, buồn khổ như thế nào. Sau đó, bạn nghĩ đến bản thân mình và thấy rằng mình cũng không khác gì người ấy, cũng sẽ đau đớn, buồn khổ tương tự như thế nếu phải chịu đựng hoàn cảnh ấy. Khi bạn nghĩ như vậy, một cảm xúc tự nhiên sẽ sinh khởi, bạn thấy cảm thông với nỗi đau của người ấy và mong muốn cho nỗi đau ấy sớm được chấm dứt ngay. Khi bạn tiếp tục quán tưởng, cảm xúc này sẽ ngày càng mạnh hơn và bạn bắt đầu nghĩ đến việc tìm mọi cách để cứu giúp người ấy thoát khỏi đau khổ. Kể từ khi ý tưởng này sinh khởi, bạn hãy cố gắng tập trung hoàn toàn vào nó, và như thế quyết tâm của bạn sẽ ngày càng mạnh mẽ hơn. Cuối cùng, bạn duy trì tâm trạng cảm thông và mong muốn giúp đỡ này cho đến cuối thời gian thực tập.

Đối tượng xuất hiện trong phép quán từ bi có thể là bất cứ ai. Thông thường, khi bạn lần đầu tiên thực hành phép quán này, có thể bạn nên nghĩ đến một người thân của mình, vì điều đó dễ làm cho bạn thấy rung động hơn. Tuy nhiên, khi đã thuần thục, bạn nên mở rộng sang những đối tượng khác, thậm chí là những sinh vật. Khi lòng từ bi được nuôi dưỡng và phát triển mạnh, bạn sẽ có thể cảm thông và mong muốn cứu giúp ngay cả với những con vật đang chịu đau khổ chứ không chỉ riêng với con người.

Phép quán từ bi là một phương pháp dễ thực hành nhưng chắc chắn sẽ mang lại hiệu quả tích cực trong việc nuôi dưỡng lòng từ bi. Tất nhiên là điểm khởi đầu của mỗi người không giống nhau, vì như đã nói, mức độ biểu hiện của lòng từ bi ở mỗi chúng ta là khác nhau. Có những người có thể gặt hái kết quả rất nhanh chóng, một số khác cần phải có thời gian và sự kiên trì, nhưng tất cả đều sẽ đạt được sự phát triển của lòng từ bi nhờ vào việc thực hành phép quán này.

HẠNH PHÚC VÀ KHỔ ĐAU

ĐỐI DIỆN KHỔ ĐAU

Những khổ đau trong cuộc sống là một thực tế mà chúng ta không thể tránh né. Mặc dù đây là một phạm trù khá rộng - bao hàm từ những cảm giác đau đớn, khó chịu về thể xác cho đến những thương tổn về tình cảm có thể ám ảnh chúng ta suốt cuộc đời... - nhưng chúng ta có thể hiểu một cách khái quát đó là tất cả những gì mà chúng ta không mong muốn. Cách hiểu này dựa vào cảm giác chủ quan của mỗi người, thay vì là dựa vào tính chất của sự việc. Lấy ví dụ, hôn nhân thường là niềm vui cho hầu hết mọi người, nhưng một cuộc hôn nhân không mong muốn có thể là nỗi đau khổ cho ai đó...

Phật giáo chỉ ra bốn nỗi khổ lớn bao trùm trong cuộc sống mà không ai tránh khỏi, ngay cả những người may mắn nhất. Đó là những nỗi khổ của sự sinh ra, già yếu, bệnh tật và chết đi. Tuy nhiên, ngoài bốn nỗi khổ lớn ấy, còn có vô số những nỗi khổ khác mà mỗi chúng ta đều nhìn thấy, tiếp xúc hoặc tự mình trải qua mỗi ngày. Vì thế, khi nói "đời là bể khổ", chúng ta có thể cho là một phát biểu bi quan, nhưng lại đúng là một phát biểu hoàn toàn có cơ sở thực tế.

Mặc dù như đã nói, chúng ta không thể lẩn tránh khổ đau, nhưng khuynh hướng tự nhiên của mỗi chúng ta đều muốn lẩn tránh khổ đau. Và chúng ta thực hiện điều đó dưới nhiều hình thức khác nhau. Chúng ta dùng thuốc giảm đau để tránh những đau đớn về thể xác, từ những vết thương ngoài da cho đến những chấn thương trầm trọng cho cơ thể. Chúng ta dùng thuốc ngủ để tránh không phải đối mặt với những nỗi đau trong tâm hồn, và đôi khi còn dùng đến cả những chất gây nghiện như rượu, ma túy... Đắm mình trong những cơn say, chúng ta chỉ muốn tránh né không phải đối mặt với một thực tế khổ đau nào đó...

Chúng ta cũng cố tránh né khổ đau bằng những hành vi ứng xử của mình. Đôi khi chúng ta lảng tránh không đề cập đến những gì không mong muốn, hoặc cố ý phớt lờ một sự thật xem như chưa từng xảy ra, chỉ vì sự thật ấy không theo như mong muốn của chúng ta... Đôi khi, chúng ta theo đuổi những sự việc khác hoặc lao vào những cuộc vui, những hình thức giải trí chỉ là để tránh không phải đối mặt với một nỗi đau nào đó... Đôi khi chúng ta trốn tránh một vấn đề bằng cách quy lỗi cho người khác, hoặc tìm mọi lý do để dối gạt người khác và thậm chí lừa dối chính mình...

Nhưng thật không may là mọi phương thức tránh né của chúng ta đều chỉ có hiệu quả nhất thời. Và không sớm thì muộn, chúng ta cũng sẽ bị dồn ép đến một tình huống cuối cùng, khi không còn cách nào để tránh né nữa. Bởi vì sự tránh né nói chung không giải quyết được vấn đề, nó chỉ có thể kéo dài thời gian đến một mức độ nào đó mà thôi. Điều đáng nói ở đây là, sự trì hoãn này còn có tác dụng làm cho vấn đề trầm trọng thêm và đồng thời cũng làm giảm thấp khả năng đối phó của chúng ta với vấn đề. Vì thế, nói chung thì khuynh hướng tránh né hoàn toàn không phải là một khuynh hướng có lợi.

Mỗi một vấn đề bất ổn khi đã nảy sinh trong cuộc sống của chúng ta đều đòi hỏi phải được giải quyết, mỗi một nỗi đau đều đòi hỏi phải chấp nhận để vượt qua. Nếu chúng ta không thể tránh né mãi mãi, thì tại sao lại không đối mặt với chúng ngay từ đầu? Trong thực tế, chủ động đối mặt với một vấn đề bất ổn ngay từ đầu là một quyết định khôn ngoan vì nó mang lại nhiều lợi thế giúp chúng ta giải quyết vấn đề một cách hiệu quả hơn.

Đối mặt với vấn đề ngay khi vừa xảy ra, bạn có thể tập trung sự sáng suốt để nhận định, phân tích và nghị lực cần thiết để vượt qua. Ngược lại, sự tránh né sẽ nuôi lớn dần nỗi sợ sệt, e dè và bào mòn nghị lực của bạn, khiến cho đến lúc buộc phải đối mặt với vấn đề thì bạn sẽ hoàn toàn thụ động và yếu đuối.

Những khổ đau trong cuộc sống là điều tất yếu sẽ đến với bất cứ ai. Vì thế, giải pháp khôn ngoan mà bạn có thể chọn là hãy nghĩ đến chúng ngay từ khi chưa xảy ra, và khi xảy ra thì hãy can đảm và thực tiễn trong việc đối mặt và vượt qua.

Có những khổ đau mà ta có thể đối mặt và vượt qua, nếu được chuẩn bị từ trước thì việc vượt qua những khổ đau ấy sẽ dễ dàng hơn. Nếu chúng ta hiểu được một sự thật là không ai thoát khỏi bệnh khổ, thì một khi bản thân phải chịu đựng bệnh khổ, chúng ta không lấy đó làm điều thất vọng. Chúng ta chấp nhận chịu đựng những cảm giác đau đớn hoặc khó chịu về thể xác trong cơn bệnh khổ như một thực tế tất nhiên, và nhờ đó mà chúng ta không phải chịu thêm nỗi khổ tinh thần giần vặt.

Có những khổ đau không thể vượt qua, nhưng ngay cả trong trường hợp đó chúng ta vẫn phải chấp nhận đối mặt. Chẳng hạn, không ai trong chúng ta tránh được cái chết. Nhưng việc lảng tránh không đề cập đến cái chết chẳng mang lại ích lợi gì. Dù sao thì đến một lúc nào đó ta vẫn phải bất lực đối mặt với cái chết mà không thể nào tránh né. Nếu chúng ta chấp nhận đối mặt với sự thật này ngay từ bây giờ, ta sẽ cảm thấy trân trọng hơn giá trị của đời sống. Và khi đã sống một đời sống tốt, chúng ta sẽ cảm thấy thoải mái hơn khi cái chết thực sự đến. Nói cách khác, nếu chúng ta hiểu rõ được vấn đề và chấp nhận sự thật về sống chết, chúng ta sẽ thấy những giây phút được sống của mình càng có giá trị hơn.

Khi có một người thân yêu chết đi, chúng ta cũng không thể tránh khỏi sự buồn đau vật vã. Trong thực tế, sự buồn đau vật vã ấy sinh khởi như một cảm xúc hoàn toàn tự nhiên của tất cả chúng ta, nhưng nó không mang lại bất cứ lợi ích nào cho bản thân chúng ta cũng như cho người đã mất. Tuy nhiên, việc vượt qua những nỗi đau này rõ ràng không phải là chuyện dễ dàng chút nào. Đức tin có thể đóng một vai trò quan trọng trong việc giúp chúng ta đối mặt với nỗi đau mất mát to lớn này. Nếu chúng ta tin vào sự tái sanh sau khi chết, rằng người thân của chúng ta không thực sự mất đi mà chỉ rời bỏ đời sống này để bắt đầu một đời sống khác... như thế nỗi đau của chúng ta sẽ có thể được xoa dịu và chúng ta cảm thấy bớt phần đau khổ.

Nhưng cho dù chúng ta không tin vào một đời sống sau khi chết, chúng ta vẫn có thể giảm nhẹ phần nào sự đau đớn trong trường hợp này bằng vào việc đối diện và phân tích vấn đề.

Chúng ta cần suy ngẫm về một sự thật là sự đau đớn buồn khổ có thể gây thương tổn nặng nề cho ta cả về tinh thần cũng như thể chất. Trong khi điều đó không mang lại bất cứ lợi ích nào cho người thân đã mất, thì nó lại thực sự có thể làm cho ta suy sụp tinh thần cũng như hao tổn sức khỏe.

Chúng ta cũng có thể hình dung rằng nếu người thân của ta còn sống, chắc hẳn người ấy sẽ không muốn nhìn thấy ta trong tình trạng buồn khổ suy sụp như thế...

Điều có ý nghĩa thực tế hơn mà ta có thể làm để bày tỏ lòng yêu thương đối với người đã khuất là phải cố gắng hết sức mình để hoàn thành những tâm nguyện của họ khi còn sống, và hoàn thiện bản thân để ngày càng xứng đáng hơn với sự yêu thương chăm sóc mà người thân ấy đã dành cho ta.

Chúng ta cũng có thể giảm bớt sự đau đớn khi nghĩ đến một thực tế là có vô số người khác đã và đang chịu đựng những khổ đau như ta. Ta không phải là nạn nhân duy nhất của những khổ đau tột cùng trong đời sống. Và nếu như những người khác có đủ nghị lực để vượt qua thì chúng ta không có lý gì phải gục ngã...

Mỗi một nỗi khổ đau đều có những nguyên nhân dẫn đến. Nếu chúng ta chấp nhận đối mặt và suy xét để tìm ra những nguyên nhân sâu xa, đích thật, ta sẽ có thể chấp nhận và chuyển hóa nỗi khổ đau thành năng lực thúc đẩy ta nỗ lực sống tốt hơn.

Cơ thể chúng ta không rắn chắc như sắt đá, nên một đôi khi ta mắc phải bệnh tật, điều ấy là tự nhiên. Hiểu được điều đó không giúp ta tránh khỏi bệnh tật, nhưng nó giúp ta biết quý trọng và cảm nhận niềm vui trong những lúc được sống khỏe mạnh, và ta càng cố gắng giữ gìn sức khỏe một cách tích cực hơn, tránh xa những thức ăn uống hoặc những cuộc chơi bời có hại cho sức khỏe.

Chúng ta cũng có thể nghĩ về tuổi già như một động lực để sống tốt hơn trong những ngày còn trẻ. Cho dù điều đó không giúp ta tránh được tuổi già, nhưng nó giúp ta thoải mái, dễ chịu hơn khi thực sự trở nên già yếu.

Những thương tổn về tình cảm cũng gây cho chúng ta nhiều đau khổ nếu chúng ta không biết cách đối trị với chúng. Khi gánh chịu những sự bất công, xúc phạm hoặc khinh miệt... chúng ta thường ôm ấp những thương tổn đó như những vết thương trong tâm hồn, và chúng ta đau khổ vì chúng. Nếu chúng ta biết mở rộng lòng và học được những cách ứng xử rộng lượng hơn, cảm thông hơn... chúng ta sẽ có thể hiểu và chấp nhận những sự bất công, xúc phạm hay khinh miệt ấy theo chiều hướng tốt đẹp hơn, và không để chúng làm thương tổn đến tâm hồn ta.

Trong hầu hết trường hợp, người ta cư xử một cách bất công hay thô bạo là xuất phát từ sự thiếu hiểu biết: hoặc là thiếu hiểu biết về cách sống, hoặc là thiếu hiểu biết lẫn nhau.

Nếu chúng ta đáp lại bằng sự thù hằn, căm giận, bản thân chúng ta cũng rơi vào chỗ thiếu hiểu biết. Cả hai bên đều đau khổ. Ngược lại, nếu chúng ta hiểu được và cảm thông với sự thiếu hiểu biết của người khác, ta sẽ có khuynh hướng tha thứ hơn là tức giận. Chúng ta có làm thay đổi được người khác hay không, điều đó còn tùy nơi năng lực cảm nhận của họ, nhưng bản thân chúng ta thì chắc chắn sẽ tránh được thương tổn trong những trường hợp này.

Khi chúng ta đau khổ, nếu ta biết nghĩ đến những đau khổ của người khác với sự cảm thông và chia sẻ, nỗi đau của chính bản thân ta sẽ được giảm nhẹ. Ngược lại, sự trách móc, oán giận... chỉ càng làm tăng thêm nỗi đau mà thôi.

Chúng ta phải chấp nhận một thực tế là cuộc đời không sao tránh khỏi những khổ đau. Nhưng trong một chừng mực nhất định, cách hiểu và nhìn nhận vấn đề của chúng ta có thể làm vơi đi đáng kể mức độ đau khổ. Đối diện với từng nỗi khổ đau và tìm hiểu rõ nguyên nhân sâu xa của nó có thể giúp ta có thái độ đón nhận một cách tích cực hơn. Ngay cả khi chúng ta đang hứng chịu một nỗi khổ đau nào đó, chúng ta vẫn thấy tự tin và ít bị thương tổn hơn.

Tất cả chúng ta đều mong muốn được sống một cuộc sống an vui hạnh phúc và không có sự hiện diện của khổ đau. Tuy nhiên, thái độ khôn ngoan và thực tiễn không chỉ là sự mong muốn, mà cần phải đối mặt để tìm hiểu về những nguyên nhân gây ra đau khổ, và làm bất cứ điều gì có thể được để giảm nhẹ đi những nỗi khổ của bản thân cũng như của người khác. Nếu chúng ta duy trì thái độ sợ sệt, tránh né hoặc phủ nhận khổ đau, chúng ta sẽ không bao giờ vượt qua được tâm trạng đau khổ để có thể sống một đời sống an vui hạnh phúc.

ĐỪNG CHUỐC LẤY KHỔ ĐAU

Chúng ta đã bàn đến những khổ đau không sao tránh khỏi trong cuộc sống. Chẳng hạn, dù muốn hay không thì mỗi chúng ta đều phải chấp nhận bệnh tật, chấp nhận già yếu, chấp nhận sự chết, chấp nhận sự mất mát những người thân yêu khi họ chết đi... Đó là những khổ đau không thể tránh khỏi.

Tuy nhiên, còn có những nỗi khổ đau mà chúng ta "tự nguyện" chuốc lấy chỉ vì thiếu hiểu biết, hay nói một cách chính xác hơn là do nhận thức không đúng thật về sự việc.

Chúng ta mong muốn những điều không có khả năng đạt được, và đau khổ khi sự mong muốn của mình không được đáp ứng. Có thể kể ra vô số những trường hợp đau khổ thuộc loại này. Từ những chuyện nhỏ nhặt và thường xuyên xảy ra hằng ngày như mong muốn những người quanh ta phải làm điều này, điều nọ, hoặc ứng xử theo cách này, cách khác... Trong thực tế, mỗi người đều có những suy nghĩ và sở thích riêng, nên những mong muốn như thế thật hiếm khi được thỏa mãn. Ở mức độ lớn hơn, chúng ta theo đuổi những điều vượt quá khả năng thực tiễn để rồi phải đau khổ khi không đạt được...

Rất nhiều nỗi khổ của chúng ta xuất phát từ sự mong cầu đi ngược lại tự nhiên. Chúng ta mong muốn điều gì đó và bất kể là những mong muốn ấy có hợp lý hay không. Hay nói đúng hơn, chúng ta không chịu nhìn sâu vào bản chất của sự vật để có thể thấy được sự vô lý của chính mình.

Một cô gái đau khổ vì yêu thương một chàng trai nhưng không được đáp lại. Chàng trai kia không có lỗi gì cả. Chàng hoàn toàn có quyền lựa chọn người mình yêu thương. Nhưng cô gái đang yêu không có đủ sáng suốt để nhận ra điều đó. Cô đau khổ vì sự sai lầm trong nhận thức của chính mình. Nỗi đau khổ của cô chỉ có thể chấm dứt khi nào cô đối diện được với nó và nhận ra nguyên nhân thật sự, như bao nhiêu người khác đều có thể nhận ra.

Chúng ta cũng chuốc lấy đau khổ trong ý nghĩa làm tăng thêm những nỗi khổ vốn có. Khi chúng ta hờn giận, căm ghét hay ganh tỵ... chúng ta sống trong tâm trạng không vui vì chính những cảm xúc tiêu cực ấy. Tuy nhiên, thay vì nhận ra sự thật này để vượt qua, chúng ta lại có khuynh hướng bị thu hút vào đối tượng của sự hờn giận, căm ghét hay ganh tỵ, và điều này càng nuôi lớn thêm những cảm xúc tiêu cực vốn có. Kết quả là, thay vì nguôi đi theo thời gian, những cảm xúc này lại ngày càng lớn lên, ngày càng gây đau khổ nhiều hơn cho chúng ta.

Khi bạn đang có chuyện xích mích với một ai đó chẳng hạn, đề tài thu hút nhất trong một cuộc nói chuyện với những người khác trong lúc này có vẻ như sẽ là nói về người ấy, và tất nhiên là với nội dung không tốt đẹp... Mặc dù đây quả thật là điều không tốt, nhưng lại là điều rất thường xảy ra.

Chúng ta cũng chuốc lấy khổ đau trong ý nghĩa cường điệu hóa vấn đề không đúng như sự thật. Và vì vấn đề được đánh giá không đúng thật, nên nó có thể trở nên nghiêm trọng một cách không cần thiết, do đó cũng làm khổ chúng ta một cách không cần thiết. Đôi khi chúng ta phản ứng quá khích với những vấn đề thực ra là nhỏ nhặt, hoặc chúng ta đánh giá một sự việc qua định kiến của mình thay vì là dựa vào những gì thực sự diễn ra. Chẳng hạn, một lời nói vô tình xúc phạm đến ta, thường không chỉ được tiếp nhận đơn thuần trong ý nghĩa những gì nghe thấy, mà thường được liên kết ngay với những định kiến liên quan đến người nói để rồi suy diễn ra những điều vượt quá sự thật.

Tất cả những khuynh hướng sai lệch như trên đều là nguyên nhân chuốc lấy tâm trạng bất an, đau khổ cho chúng ta, và cách đối trị duy nhất là chính chúng ta phải nhận ra để từ bỏ chúng.

Chúng ta cũng chuốc lấy đau khổ trong ý nghĩa tự xem mình là trung tâm của mọi sự việc. Khuynh hướng này thu hút về bản thân hầu hết những gì mà ta cảm thấy không hài lòng, cho dù điều đó tạo ra cho chúng ta rất nhiều đau khổ. Khi bạn bước vào một quán ăn và phải chờ đợi quá lâu chẳng hạn, sự bực dọc có khuynh hướng kèm theo ý tưởng là người phục vụ đã cố tình phớt lờ không đến chỗ bạn (?), bởi vì bạn nhìn thấy một vài người khác đã được phục vụ... Tất nhiên đây là một ý tưởng hoàn toàn sai lệch, nhưng phần lớn trong chúng ta thường mắc vào những sai lệch tương tự như thế. Trong một cuộc nói chuyện giữa đông người cũng thế, nếu có một lời chỉ trích nào đó đưa ra không có địa chỉ cụ thể, dường như chúng ta luôn có khuynh hướng nhận lấy về mình, nhưng không phải để tiếp thu sửa chữa mà là để phản ứng một cách vội vàng, bực dọc... Khi nhớ lại những ngày bị giam ở trại tập trung Buchenwald của người Đức trong Thế chiến thứ hai, Jacques Lusseyran, lãnh tụ của một nhóm kháng chiến, đã nói một câu đầy ý nghĩa: "Đau khổ đến với mỗi chúng tôi bởi vì chúng tôi nghĩ rằng mình là trung tâm của cả thế giới, bởi vì chúng tôi cho rằng chỉ riêng có chúng tôi đang phải chịu đựng những đau đớn tột cùng. Người ta đau khổ là bởi vì luôn tự nhốt mình trong thân xác chật hẹp, trong bộ não nhỏ bé của chính mình."

GIẢI QUYẾT NHỮNG KHÓ KHĂN

Trong cuộc sống, điều tất nhiên là mỗi ngày chúng ta đều phải đối mặt với những khó khăn nhất định nào đó. Có những lúc êm ả, nhưng cũng có những lúc sóng gió mà có vẻ như những khó khăn, rắc rối dồn dập xảy đến cho ta trong cùng lúc... Điều không thể phủ nhận được là những khó khăn này có quan hệ tất yếu đến tâm trạng của chúng ta trong cuộc sống. Nếu chúng ta không có được một thái độ thích hợp, chúng có thể là nguồn mang đến khổ đau cho cuộc sống của chúng ta.

Nhưng những khó khăn, rắc rối trong cuộc sống tự chúng không gây ra đau khổ cho ta. Vấn đề là ở chỗ ta đối mặt và giải quyết chúng như thế nào. Nếu chúng ta có thể tập trung mọi năng lực tinh thần và thể chất để tìm ra giải pháp cho vấn đề, điều đó sẽ biến những khó khăn thành một thách thức để vượt qua - bằng những nỗ lực đúng hướng của mình. Nhưng nếu chúng ta rơi vào tâm trạng bực tức, không hài lòng với những gì xảy đến cho ta, tìm cách quy trách nguyên nhân sự việc là do ở nơi này, nơi khác... điều đó sẽ không giúp ích gì cho việc giải quyết vấn đề, mà chỉ mang lại cho ta sự bực dọc, bất an không đáng có. Trong thực tế, chúng ta giờ đây phải đối mặt cùng lúc với hai vấn đề: những khó khăn vẫn còn đó đòi hỏi ta phải giải quyết, cộng thêm với những bất ổn trong tinh thần đòi hỏi ta phải kiềm chế để không trở nên ngày càng nghiêm trọng hơn.

Trong đêm tối, ta vấp phải một vật cản mà ai đó đã vô tình bỏ giữa lối đi. Kết quả là ta ngã nhào, va chạm mạnh và sây sát hoặc thậm chí chấn thương ở một nơi nào đó. Thay vì điều cần thiết là phải giải quyết ngay những vết thương, phản ứng đầu tiên của chúng ta lại rất thường là nỗi giận vì "tên khốn" nào đó đã bỏ một vật cản ngay giữa lối đi. Chúng ta bực tức vì hành vi vô ý thức này đã làm cho ta phải chịu đựng những thương tổn mà lẽ ra không đáng có. Ta cảm thấy mình bị xúc phạm, bị làm hại một cách vô lý... Nhưng tất cả những bực tức, giận dữ của ta quả thật không ích gì. Nó chỉ làm cho ta cùng lúc phải chịu đựng hai vấn đề, những khó chịu về thể xác kèm theo những khó chịu về tinh thần.

Rất nhiều khi chúng ta phản ứng với một tình huống khó khăn, rắc rối trong cuộc sống tương tự theo cách này. Khuynh hướng không hài lòng với tình huống thúc đẩy ta tìm cách quy trách vấn đề về ai đó để rồi trách móc, bực dọc, thậm chí là oán hận... Nhưng thật đáng buồn là tất cả những kiểu suy diễn "tự, tại, bởi, vì..." đó thực sự không mang lại điều gì tích cực cho tình huống. Ngược lại, nó còn làm cho chúng ta giảm sút khả năng ứng phó, giải quyết tốt vấn đề.

Vì thế, thái độ khôn ngoan nhất là hãy đối mặt giải quyết những khó khăn khi chúng xảy ra, thay vì là bực tức, khó chịu với chúng hoặc tìm cách quy trách cho ai đó. Khi một người bị trúng tên, điều trước hết là phải nhổ mũi tên ra và xử lý vết thương kịp thời. Sẽ thật là ngớ ngẩn nếu chúng ta trì hoãn vấn đề để tìm xem mũi tên đó từ đâu tới, do ai bắn, hoặc tại sao họ làm như thế... Tuy nhiên, trong thực tế lại không ít khi chúng ta đã ứng xử một cách ngớ ngẩn tương tự như thế.

Để loại bỏ khuynh hướng sai lầm này, chúng ta nên tập thói quen tiếp cận và giải quyết các khó khăn trong cuộc sống bằng những phân tích khách quan và khoa học. Chúng ta nên tránh để cho những cảm xúc sinh khởi theo quán tính tác động đến việc giải quyết vấn đề. Mỗi vấn đề đều cần có những giải pháp hợp lý, nhưng chúng ta không bao giờ có thể đạt đến những giải pháp hợp lý bằng vào sự bực tức hay khó chịu. Chúng ta chỉ có thể đạt đến bằng vào sự nỗ lực phân tích và suy luận đúng hướng mà thôi.

Khi một đồng nghiệp luôn đối xử với ta theo một định kiến không tốt, điều đó trở thành một vấn đề gây khó khăn thường xuyên cho ta trong công việc. Nhưng để giải quyết vấn đề, ta không thể dựa vào sự bực tức, trách móc người ấy, ngay cả khi ta nghĩ rằng những lý do ta đưa ra là hoàn toàn hợp lý. Đơn giản chỉ là vì những bực tức, trách móc ấy không có tác dụng gì trong việc cải thiện vấn đề, trong khi đó thì mỗi ngày ta đều phải tiếp tục giao tiếp, trao đổi công việc qua lại cùng người ấy. Chúng ta chỉ có thể giải quyết được vấn đề bằng cách phân tích sự việc một cách hoàn toàn khách quan, tìm xem đã có sự hiểu lầm nào trong quan hệ với người ấy hay không, hoặc ta có thực sự đã làm điều gì sai trái, xúc phạm, gây ra sự khó chịu, bất mãn kéo dài nơi người ấy... Điều tất nhiên là những định kiến của anh ta không thể tự nhiên nảy sinh mà cần có những nguyên nhân ban đầu nhất định nào đó. Những nguyên nhân ấy có thể là hợp lý, cũng có thể chỉ do hiểu lầm, nhưng dù thế nào thì ta cũng phải hiểu ra mới có thể giải tỏa được chúng. Và chỉ khi cùng nhau giải tỏa được những gút mắt ấy ta mới có thể giải quyết được vấn đề một cách tốt đẹp.

Một khuynh hướng sai lầm khác nữa của chúng ta trong việc giải quyết các vấn đề khó khăn là thường cố quy trách vấn đề về một nguyên nhân nào đó. Trong thực tế, hầu như không có nguyên nhân duy nhất nào có thể làm nảy sinh một vấn đề. Có thể có những nguyên nhân chính hoặc phụ, nhưng hầu hết các vấn đề rất thường là kết quả của nhiều nguyên nhân khác nhau. Và những nguyên nhân ấy rất hiếm khi chỉ nằm về một phía. Vì thế, khi chúng ta thực sự phân tích vấn đề một cách khách quan, ta sẽ dễ dàng nhận ra cả những nguyên nhân nằm về phía mình.

Biết tìm ra một cách khách quan phần trách nhiệm của mình trong việc hình thành các mâu thuẫn xung đột hoặc bất đồng chính là một yếu tố quan trọng góp phần giải quyết tốt vấn đề. Khi ta không tự nhận về mình phần trách nhiệm hợp lý, ta không thể hy vọng thuyết phục được đối tượng đồng ý với bất kỳ giải pháp nào của ta đưa ra.

Khi một người bạn từ chối không giúp đỡ vào lúc ta gặp khó khăn, vấn đề không hẳn chỉ là do người ấy thiếu lòng tốt, mà có thể phần nào đó là do nơi mối quan hệ giữa ta và người ấy chưa phát triển đúng mức. Và nếu quan hệ giữa hai người không phát triển tốt đẹp thì tất nhiên điều đó có phần trách nhiệm của chính ta.

Khi ai đó nói dối với ta điều gì, ta vẫn thường nghĩ rằng điều đó là hoàn toàn do lỗi của người ấy. Trong thực tế không hẳn là như thế. Có thể có nhiều nguyên nhân dẫn đến việc nói dối của người ấy, trong đó cũng có thể có phần trách nhiệm của ta. Chẳng hạn, ta đã không tạo được sự tin cậy đủ để người ấy cho ta biết sự thật, vì thế mà cách chọn lựa duy nhất của anh ta là phải nói dối.

Mặt khác, ngoài phần trách nhiệm tự thân của chúng ta, còn phải xét đến những yếu tố liên quan, hoặc những nguyên nhân phụ thuộc đã góp phần tạo ra vấn đề. Khi một nhân viên thường xuyên đến sở làm trễ, ta thường quy trách ngay anh ta là một kẻ thiếu trách nhiệm. Trong thực tế, có thể bản thân anh ta đang gặp phải những khó khăn nhất định nào đó không thể vượt qua. Chẳng hạn như anh đang phải chăm sóc người nhà có bệnh, hoặc chiếc xe của anh đã cũ kỹ và thường xuyên hỏng máy... Nếu chúng ta không tìm hiểu các nguyên nhân ấy, việc quy trách anh ta sẽ chẳng có tác dụng tích cực nào.

Trên bình diện lớn hơn, những xung đột giữa các phe nhóm, các quốc gia... cũng không bao giờ xảy ra vì một nguyên nhân duy nhất. Vì thế, chỉ khi nào người ta khách quan nhận rõ tất cả những nguyên nhân, vấn đề mới có thể được giải quyết theo hướng tích cực, hòa giải. Bằng không thì việc xảy ra chiến tranh và bạo loạn sẽ là điều tất yếu.

Mặc dù những gì chúng ta vừa đề cập đến không phải là những bí quyết thần kỳ có thể giúp ta giải quyết tất cả mọi vấn đề khó khăn, rắc rối, nhưng chắc chắn một điều là nó giúp chúng ta thay đổi cách nhìn về sự việc một cách đúng thật hơn, khách quan hơn. Chính yếu tố này sẽ giúp chúng ta đối mặt với khó khăn và nỗ lực đúng hướng để vượt qua nó, thay vì là phân tán tinh thần vào những điều vô ích và thậm chí tự chuốc lấy những khổ đau, phiền toái không đáng có cho chính mình.

SỰ HỐI LỖI VÀ MẶC CẢM

Không có ai trong chúng ta là hoàn thiện theo nghĩa tuyệt đối. Hầu hết chúng ta đều đã từng mắc phải những lỗi lầm nào đó. Có thể chỉ là những lỗi lầm vụn vặt không đáng kể, nhưng cũng có thể là những sai lầm nghiêm trọng gây tác hại nặng nề. Nói chung, bởi vì chúng ta đều là những con người, nên điều tất yếu là mỗi chúng ta đều đã từng sai trái.

Hối tiếc về những gì mình đã làm sai, hoặc những gì mà lẽ ra nên làm nhưng đã không làm, là những suy nghĩ tích cực có ý nghĩa giúp chúng ta hoàn thiện bản thân, tránh được những sai lầm trước đây và ngày càng vươn lên một cuộc sống tốt đẹp hơn. Tuy nhiên, nếu chúng ta luôn ray rứt, tự trách về những sai lầm trong quá khứ của mình, cảm giác này sẽ không còn mang ý nghĩa tích cực nữa mà trở thành một hình phạt nặng nề cho tự thân, làm cho tâm hồn ta không lúc nào được thanh thản, và vì thế mà nó cướp đi mọi nguồn vui sống, nhấn chìm chúng ta vào những khổ đau triền miên. Chúng ta thường gọi trạng thái này là mặc cảm tội lỗi.

Khi chúng ta biết hối lỗi, ta thừa nhận những gì sai trái mình đã làm với một ý hướng tích cực là sẽ không làm như thế nữa trong tương lai. Tương tự, nếu ta hối tiếc vì đã không làm một điều tốt đẹp nào đó, ta cũng tự hứa với mình là nếu gặp một tình huống tương tự trong tương lai, ta nhất định sẽ làm.

Trong cả hai trường hợp, những ý hướng này làm nảy sinh động lực thúc đẩy cho hành vi của chúng ta. Vì thế, nó giúp ta năng động hơn, nỗ lực nhiều hơn để có thể thực hiện được những ý hướng của mình.

Ngược lại, khi chúng ta mang mặc cảm tội lỗi, chúng ta tự giày vò bản thân, rơi vào tâm trạng chán chường và cảm thấy bất lực vì không thể làm gì được để thay đổi một kết quả trong quá khứ. Trong trường hợp này, ta không muốn làm bất cứ điều gì khác ngoài việc tự trách mình. Vì thế, ta không có động lực nào thúc đẩy những hành vi sắp tới, và vì thế ta trở nên thụ động, yếu đuối hơn.

Sự khiếm khuyết hoặc sai lầm của mỗi chúng ta là điều khó tránh. Nhưng đó không phải là lý do để chúng ta từ chối vươn lên sự hoàn thiện. Trong thực tế, ý nghĩa cuộc sống chính là nằm ở chỗ vươn lên sự hoàn thiện. Khi chúng ta đánh mất ý hướng này, cuộc sống sẽ trở nên vô vị và không còn động lực để sống đúng nghĩa.

Vì thế, sự hối lỗi là một yếu tố tất yếu phải có nơi mỗi người. Không biết hối lỗi, chúng ta không có động lực để vươn lên sự hoàn thiện. Không biết hối lỗi, chúng ta không rút tỉa được những kinh nghiệm quý báu từ những sai lầm đã qua. Sự hối lỗi càng chân thành thì khả năng hoàn thiện trong tương lai cũng càng mạnh mẽ hơn.

Nhưng mặc cảm tội lỗi thì ngược lại. Nó làm chậm tiến trình vươn lên của ta, đẩy ta vào chỗ bế tắc và đánh mất sinh lực trong cuộc sống. Mặc cảm tội lỗi làm cho chúng ta không còn tự tin nơi mình, luôn nhìn mọi sự vật với một thái độ bi quan và thụ động. Mặc cảm tội lỗi càng lớn thì bạn càng có nhiều nguy cơ suy sụp cả tinh thần lẫn thể chất.

Vì thế, chúng ta cần có sự phân biệt và tránh đừng để những mặc cảm tội lỗi đeo đuổi lâu dài trong cuộc sống. Tuy nhiên, việc loại bỏ những mặc cảm tội lỗi nhiều khi cũng không phải là chuyện dễ dàng. Một nhận thức đúng như trên là tiền đề quyết định, nhưng đôi lúc chúng ta cũng còn cần đến những phương thức hỗ trợ nhất định, nhất là khi mặc cảm ấy sản sinh từ một sai lầm rất nghiêm trọng hoặc để lại những hậu quả lâu dài.

Khi chúng ta không thể tự mình dứt bỏ một mặc cảm tội lỗi, chúng ta cần thực hiện những biện pháp hỗ trợ tích cực để làm được việc này. Nếu chúng ta mang mặc cảm vì một sai lầm gây tác hại nặng nề đến ai đó, chúng ta cần trực tiếp nhận lỗi với người ấy để được tha thứ. Sự tha thứ của người bị hại sẽ là một động lực rất quan trọng có thể giúp ta dứt bỏ mặc cảm tội lỗi.

Nhưng không phải lúc nào ta cũng có thể làm được điều này. Trong những trường hợp mà người bị hại không may đã chết hoặc đi xa và ta không còn có dịp để tiếp xúc với người ấy, hoặc vì một lý do nào khác, ta có thể nhận lỗi với một người thứ ba, thường phải là một người có khả năng đưa ra sự tha thứ, chẳng hạn như một bậc trưởng thượng hoặc một người nâng đỡ tinh thần. Hình thức xưng tội của tín đồ Thiên chúa giáo chính là mang ý nghĩa này.

Tín đồ Phật giáo thường thực hiện nghi thức sám hối mỗi tháng hai lần, với ý nghĩa nhắc nhở ta phải biết hối lỗi và buông bỏ những mặc cảm tội lỗi. Tuy nhiên, một số Phật tử không được giảng giải đầy đủ về ý nghĩa này và khi đó việc sám hối sẽ giảm đi phần nào hiệu quả của nó. Khi tham dự một lễ sám hối, điều tất yếu là người sám hối phải biết tự soi rọi lòng mình, nhớ lại tất cả những điều sai trái đã làm và chân thành phát lộ sám hối. Sau khi sám hối, chỉ giữ lại trong lòng một ý hướng sửa chữa sai lầm, hoàn thiện bản thân, mà không còn mang nặng mặc cảm tội lỗi nữa. Đây là dựa vào đức tin và ý chí phục thiện để dứt bỏ mặc cảm tội lỗi, cũng là một phương pháp vô cùng hữu hiệu.

Chúng ta cũng có thể quán niệm ý nghĩa vô thường của mọi sự vật để dứt bỏ mặc cảm tội lỗi. Khi một sai lầm đã xảy ra, ta không thể làm gì khác ngoài việc chấp nhận những hậu quả của nó. Mặc cảm tội lỗi thường sinh ra trong ý nghĩa này, khi ta cảm thấy bất lực không thể thay đổi được gì, và những hậu quả của sai lầm sẽ mãi mãi còn đó. Tuy nhiên, cách nghĩ này không hoàn toàn đúng. Bởi vì bản chất của mọi sự vật là liên tục thay đổi và không thường tồn. Nói cách khác, mọi việc đều sẽ thay đổi theo thời gian. Vì thế, chúng ta sẽ hoàn toàn vô lý khi ôm ấp mãi trong lòng mặc cảm tội lỗi về một việc đã làm. Chúng ta không thể thay đổi được việc đã làm, nhưng chúng ta có thể làm rất nhiều việc khác trong ý nghĩa để khắc phục sai lầm đã mắc phải. Việc mang nặng trong lòng một mặc cảm và không làm gì cả là một thái độ hoàn toàn tiêu cực và không thể mang lại bất cứ ý nghĩa tích cực nào.

CHẤP NHẬN SỰ THAY ĐỔI

Như đã nói, một trong những tính chất cơ bản của cuộc sống này là liên tục thay đổi và không thường tồn. Phật giáo đã chỉ rõ và gọi tên tính chất này là vô thường.

Mặc dù đây là một nguyên tắc tất yếu không thể thay đổi của đời sống quanh ta, nhưng chúng ta lại rất thường có khuynh hướng không hài lòng, không chấp nhận những thay đổi của đời sống. Chúng ta mong muốn hoặc thậm chí làm bất cứ điều gì có thể để chống lại sự thay đổi.

Chúng ta thường nghe kể lại về những ước muốn ngông cuồng của các vị hoàng đế Trung Hoa như Đường Minh Hoàng, Tần Thủy Hoàng... trong việc đi tìm một đời sống trường sinh bất lão. Nhưng thật ra thì mỗi người trong chúng ta vẫn thường có khuynh hướng ước muốn ngông cuồng như thế, chỉ có điều là ta không có điều kiện để bộc lộ ra như họ mà thôi. Thật không may là cái khuynh hướng phổ biến ở nhiều người này lại không ích lợi gì cho chúng ta, mà chỉ có tác dụng tạo thêm những khổ đau chồng chất trong cuộc sống vốn đã quá nhiều đau khổ.

Hiểu được về những thay đổi vốn là tự nhiên trong cuộc sống và chấp nhận chúng, ta sẽ loại trừ được rất nhiều sự lo lắng cũng như những nỗi khổ tâm không cần thiết. Trong thực tế, có rất nhiều hành vi ứng xử sai lầm xuất phát từ việc không hiểu đúng được những thay đổi tất nhiên trong cuộc sống.

Không chỉ mọi sự vật quanh ta thay đổi, mà chính bản thân ta cũng liên tục thay đổi. Từ khi ta sinh ra cho đến lúc chết đi là một chuỗi dài những thay đổi không ngừng. Nếu ta không hiểu và chấp nhận điều này, ta sẽ phải trải qua những tâm trạng âu lo hoặc buồn khổ không đáng có.

Hãy quan sát một em bé. Khi mới sinh ra, em luôn đòi hỏi được bồng bế trên tay, được ôm ấp trong lòng mẹ. Nhưng cùng với thời gian, khi lớn lên đến độ tuổi biết đi, biết chạy, em sẽ không thích được bồng bế nữa, mà muốn được tự do chạy nhảy, chơi đùa cùng những em bé khác. Khi đến độ tuổi dậy thì, em lại thích có những lúc được sống cách biệt ngoài tầm kiểm soát của cha mẹ để có thể tự khẳng định và hình thành nhân cách riêng của mình. Những thay đổi tâm lý này là có thật và đã được ghi nhận qua những cuộc nghiên cứu khoa học. Nhưng nếu ta không hiểu được, ta sẽ phải lo lắng hoặc buồn khổ mỗi khi những thay đổi như thế xảy ra. Hoặc ta sẽ tìm mọi cách để chống lại. Và trong thực tế rất nhiều bậc cha mẹ đã làm như thế với con mình. Chẳng hạn, vì lo lắng cho con mà nhiều người hạn chế việc cho phép trẻ được tách rời khỏi gia đình để giao tiếp với bạn bè ngoài xã hội. Họ không biết rằng đây là điều cần thiết để trẻ có thể học hỏi và trưởng thành. Một số người lại lo lắng khi trẻ xuất hiện các dấu hiệu thay đổi tâm lý vào tuổi dậy thì. Nếu hiểu được đó là một tiến trình hoàn toàn tự nhiên, tất nhiên họ sẽ không còn lo lắng nữa.

Hiểu và chấp nhận tính chất vô thường của mọi sự việc cũng giúp ta có một cách nhìn nhận khách quan và đúng thật hơn với những gì diễn ra trong đời sống. Chúng ta hiểu được tính chất tạm bợ của mọi vấn đề và không cần thiết phải quan trọng hóa chúng đến mức quá đáng. Ngay cả những đau khổ của chúng ta cũng thay đổi theo thời gian, và vì thế không cần thiết phải quá lo lắng khi đối mặt với bất cứ nỗi đau khổ nào.

Hiểu được tính chất vô thường của mọi sự việc, ta dễ dàng buông bỏ những gì không hay đã xảy ra trong quá khứ.

Chính đây là một trong những nguyên nhân quan trọng đã làm khổ chúng ta trong đời sống. Nếu có thể buông bỏ được những điều không hay đã xảy ra trong quá khứ, chúng ta sẽ cảm thấy thanh thản hơn nhiều và do đó mà có thể sống một cuộc sống hạnh phúc hơn.

Những quan hệ tình cảm của chúng ta cũng không đi ngoài quy luật thay đổi theo thời gian. Tình cảm giữa một cặp vợ chồng mới cưới không thể giống với hai mươi năm sau ngày cưới. Có thể là họ vẫn yêu thương nhau, nhưng sự thay đổi là tất yếu, nên mỗi người không thể cảm thấy tình cảm của người kia "giống hệt" như trước đây. Một số người không hiểu được điều này, và họ đau khổ vì cho rằng sự thay đổi là dấu hiệu xấu đi. Điều đó chưa hẳn đã đúng, bởi sự thay đổi là tất nhiên, nhưng quan hệ tình cảm có xấu đi hay không còn phụ thuộc vào rất nhiều yếu tố khác. Mức độ nồng nhiệt trong việc biểu lộ tình cảm giữa hai người tất yếu phải thay đổi, nhưng điều đó không có nghĩa là quan hệ giữa họ không còn tốt đẹp nữa.

Chúng ta cũng không thể đòi hỏi một người bạn luôn đối xử với ta theo một cung cách nhất định. Bản thân anh ta cũng là một đối tượng của sự thay đổi. Và có quá nhiều những yếu tố xoay quanh quan hệ giữa hai người cũng liên tục thay đổi, điều đó tất yếu phải tác động tạo ra một thay đổi tương ứng nơi anh ta. Hiểu được điều này, ta dễ dàng cảm thông và không đánh giá sai lệch mức độ tình cảm trong quan hệ.

Hiểu và chấp nhận những đổi thay trong cuộc sống quanh ta là một thái độ tích cực có thể giúp thay đổi hoàn toàn nhận thức về đời sống. Ta sẽ hiểu ra một điều là, mặc dù cuộc sống đầy dẫy những khổ đau, nhưng rất nhiều trong số những khổ đau ấy do chính chúng ta tự chuốc lấy bằng những nhận thức sai lệch của chính mình.

THAY ĐỔI CÁCH NHÌN

Mỗi một sự việc xảy ra được chúng ta tiếp cận và đánh giá theo những cách nhìn khác nhau. Và khuynh hướng thông thường nhất là mỗi chúng ta có một cách nhìn của riêng mình. Ta thường không chấp nhận nhìn theo cách của người khác, hoặc thậm chí luôn cho rằng chỉ có cách nhìn của mình mới là đúng đắn.

Nhưng sự thật không phải như thế. Bản thân mỗi sự việc tự nó không mang bất kỳ ý nghĩa nào nếu không có một mối tương quan nhất định đối với chúng ta. Và do đó mà tùy theo sự khác biệt về mối tương quan, sự việc cũng được nhận hiểu theo những cách khác nhau.

Các vị hiền triết ẩn cư của Hy Lạp vào thế kỷ thứ tư thường kể một câu chuyện thú vị để minh họa cho ý nghĩa này. Có một triết gia dạy người học trò của ông trong ba năm liền phải cho tiền bất cứ người nào đến lăng mạ, xúc phạm anh ta. Sau khi người học trò đã nghiêm túc thực hiện chỉ dẫn này qua ba năm, ông liền bảo anh ta đến thành Athens để học hỏi. Khi đến nơi, anh gặp ngay một nhà thông thái đang ngồi ở cổng thành và lớn tiếng lăng mạ tất cả mọi người ở đó. Bước vào cổng thành, người học trò cũng không tránh khỏi bị ông ta lăng mạ, nhưng anh ta chỉ vui vẻ phá lên cười mà đi. Nhà thông thái liền gọi lại hỏi: "Tại sao anh lại cười khi bị ta lăng mạ?" Người học trò trả lời: "Đã ba năm nay, tôi luôn phải trả tiền cho những người lăng mạ tôi, nhưng hôm nay ông đã làm điều đó với tôi mà không đòi hỏi gì."

Điều thú vị trong câu chuyện là sự việc đã được người học trò nhìn theo một cách hoàn toàn không giống với những người khác, nhờ vào bài tập thực hành kéo dài ba năm của vị thầy. Tất nhiên là chúng ta sẽ không bỏ công để thắc mắc về việc một câu chuyện như thế có thật hay không, nhưng nếu suy nghĩ một chút ta sẽ dễ dàng nhận ra là có vô số những câu chuyện có ý nghĩa tương tự như thế xảy ra quanh ta trong cuộc sống này.

Cùng một sự việc xảy đến cho người này, trong hoàn cảnh này có ý nghĩa tích cực, nhưng khi xảy đến cho một người khác, trong hoàn cảnh khác lại có thể là tiêu cực. Một bác sĩ sau khi chẩn đoán cho bệnh nhân bị bệnh phổi đã đưa ra lời khuyên: "Ông nên hút mỗi ngày chỉ một điếu thuốc thôi, đừng bao giờ nhiều hơn." Lần tái khám, bệnh nhân than phiền là ho dữ dội hơn cả trước đó. Nguyên nhân là vì trước khi đưa ra lời khuyên, vị bác sĩ đã quên hỏi xem bệnh nhân có hút thuốc hay không. Và trong thực tế thì bệnh nhân vốn là người xưa nay không biết hút thuốc!

Tất nhiên tôi sẽ giấu tên vị bác sĩ, và chắc là bạn cũng không muốn biết. Nhưng câu chuyện khôi hài này thực sự cho chúng ta một minh họa khác về những ý nghĩa không giống nhau của cùng một sự việc.

Khi ta phân tích một sự việc từ nhiều khía cạnh khác nhau, ta sẽ nhận ra một điều thú vị là hầu như bất cứ sự việc nào cũng có những khía cạnh tích cực nhất định của nó. Câu chuyện "Tái ông thất mã" nổi tiếng của người Trung Hoa là một ví dụ rất rõ nét cho nhận xét này.

Một ông già ở vùng biên giới bị mất con ngựa. Hàng xóm đến chia buồn, ông cười nói: Chưa hẳn đã là điều xấu. Ít hôm sau, con ngựa tìm về, hàng xóm đến mừng, ông cười nói: Chưa hẳn đã là điều tốt. Quả thật, mấy ngày sau con trai ông cưỡi con ngựa ấy mà bị ngã gãy chân. Hàng xóm lại đến chia buồn, ông cười nói: Chưa hẳn đã là điều xấu. Thời gian sau có giặc Hồ đánh phá, trai tráng trong làng phải đi lính chết gần hết, con trai ông nhờ có tật ở chân mà khỏi đi lính, được ở nhà phụng dưỡng cha mẹ.

Trong thực tế, việc nhận ra những khía cạnh tích cực của mỗi vấn đề luôn giúp ta giảm nhẹ rất nhiều căng thẳng trong cuộc sống. Điều đó không có nghĩa là ta sẽ thụ động trong việc giải quyết vấn đề, nhưng nó giúp loại trừ những căng thẳng không cần thiết, giúp chúng ta có thể tập trung giải quyết vấn đề một cách hiệu quả hơn.

Nhìn nhận khía cạnh tích cực của vấn đề cũng không phải là một cách tự kỷ ám thị nhằm xoa dịu những khó khăn của hoàn cảnh. Bởi vì chúng ta không hề tưởng tượng ra những mặt tích cực đó, ta chỉ sáng suốt nhận ra bằng vào sự phân tích khách quan, không thiên lệch. Mỗi người chúng ta đều có thể liên hệ thực tế để thấy được điều này.

Lấy ví dụ, những trẻ em sinh ra trong gia đình nghèo khó luôn gặp phải những khó khăn về vật chất. Các em thiếu thốn phương tiện học tập và đôi khi còn phải làm việc vất vả để phụ giúp gia đình, nên thiếu cả thời gian học tập. Tuy vậy, mặt tích cực của vấn đề là chính trong môi trường rèn luyện này mà các em có thể sớm hình thành những nhân cách tốt đẹp, biết tự lập và nỗ lực vượt qua khó khăn. Các em cũng dễ dàng hiểu được và cảm thông với những khó khăn của người khác, nhờ vào việc tự mình đã trải qua hoàn cảnh khó khăn. Chúng ta không nêu ra điều này như một cách để an ủi những người nghèo khó, mà là nêu lên một sự thật vốn có. Trong thực tế, có thể kể ra rất nhiều các bậc vĩ nhân thế giới đã xuất thân từ những môi trường khó khăn, vất vả. Sự thành đạt của họ rõ ràng là không thể phủ nhận yếu tố đóng góp từ sự tôi luyện trong cuộc sống khó khăn.

Khi bạn được chỉ định đi công tác xa, có thể là một bất lợi cho gia đình vì có rất nhiều việc sẽ phải trì hoãn trong suốt thời gian bạn vắng nhà. Nhưng vấn đề có thể có nhiều mặt tích cực khác, chẳng hạn như là một cơ hội để bạn học hỏi và tiếp xúc với nhiều điều mới lạ, hoặc cũng có thể là một dịp để bạn cải thiện điều kiện sức khỏe tốt hơn nhờ được tạm rời xa thành phố náo nhiệt và sống ở miền quê với không khí trong lành...

Không chỉ là các sự kiện, chúng ta cũng nên tiếp cận với những người quanh ta theo cách này. Mỗi người đều có những khía cạnh tích cực nào đó, ngay cả những người mà thoạt nhìn ta có thể đánh giá là người xấu. Một đồng nghiệp tham lam, keo kiệt quả là không tốt chút nào, nhưng rồi một hôm nào đó bạn mới tình cờ phát hiện ra ông ta là một người cha, người chồng lý tưởng, và chính vì lo lắng cho tương lai của các con mà ông đã trở nên một người tham lam, keo kiệt như bạn thấy...

Thường thì khi chúng ta đã có một định kiến xấu về ai đó, chúng ta rất khó nhận ra những mặt tích cực của người ấy. Đây là một khuynh hướng sai lầm, và nó ngăn cản ta thiết lập những mối quan hệ tốt đẹp với người khác. Vì thế, cũng là trở ngại cho chúng ta trên con đường hướng đến một cuộc sống an vui hạnh phúc. Khi chúng ta có thể nhận ra được những khía cạnh tích cực của ai đó một cách khách quan, ta xóa bỏ được những khoảng cách trong việc thiết lập mối quan hệ thân thiết cùng người ấy.

Mặt khác, mỗi vấn đề trong cuộc sống đều có mối tương quan nhất định với những vấn đề khác. Vì thế, ngoài việc xem xét vấn đề từ nhiều khía cạnh khác nhau, chúng ta cũng nên xem xét vấn đề một cách bao quát, trong một toàn cảnh các vấn đề có liên quan. Với cách nhìn nhận này, chúng ta mới có thể đưa ra những đánh giá xác thực và tích cực.

Khi chúng ta gặp phải một khó khăn, rắc rối nào đó, ta thường có khuynh hướng tập trung sự chú ý, lo lắng vào vấn đề. Khuynh hướng này làm ta có cảm giác như vấn đề là rất nghiêm trọng và chỉ có ta là người duy nhất phải chịu đựng. Thật không may là điều đó không có ích gì trong việc đối phó với vấn đề mà chỉ tạo ra cho chúng ta một trạng thái căng thẳng nhiều hơn. Chỉ cần ta nhìn nhận vấn đề trong một toàn cảnh bao quát hơn, ta sẽ thấy ngay là còn có rất nhiều vấn đề khác nghiêm trọng hơn nhiều, và còn có rất nhiều người khác cũng phải đối mặt với những vấn đề tương tự như ta. Ngay khi nhận thức được điều đó, ta sẽ cảm thấy dễ chịu hơn và có thể tập trung năng lực để giải quyết vấn đề một cách hiệu quả hơn.

Việc thay đổi cách nhìn nhận vấn đề từ nhiều khía cạnh khác nhau cũng như cố gắng tìm ra những mặt tích cực của vấn đề tuy không làm cho vấn đề thay đổi, nhưng nó giúp chúng ta tiếp cận với vấn đề theo một cách tích cực hơn và có khả năng đối phó, giải quyết một cách hiệu quả hơn. Tuy nhiên, trong thực tế chúng ta hầu như không thể nhất thời thay đổi ngay mà cần phải thông qua sự học hỏi và rèn luyện kiên trì với thời gian. Rồi chúng ta sẽ dần dần tạo thành thói quen tiếp cận với mọi vấn đề theo phương thức tích cực này.

HÓA THÙ THÀNH BẠN

Đây không phải là một lời khuyên có tính triết lý hay đạo đức. Đây là một thái độ khôn ngoan và tích cực có ý nghĩa mang lại lợi ích không chỉ cho bản thân chúng ta mà còn là cho cả cộng đồng xã hội. Mặc dù vậy, điều đáng buồn là không phải bất cứ ai cũng có thể sớm nhận ra điều đó.

Khi chúng ta có một kẻ thù, trong ý nghĩa là những kẻ đã làm thương tổn đến ta, khuynh hướng thông thường nhất là chúng ta không mong muốn bất cứ điều tốt đẹp nào cho người ấy. Kèm theo đó, ta còn muốn làm một điều gì đó để gây thương tổn cho họ. Nhưng một thực tế hiển nhiên mà bất cứ ai trong chúng ta cũng có thể nhận ra là, cho dù những hành động của ta có làm cho kẻ thù đau khổ, điều đó cũng không mang lại bất cứ ích lợi thực tiễn nào cho bản thân ta, và tâm trạng khoái trá, hả lòng của chúng ta khi ấy quả thật là vô lý.

Và không chỉ là vô lý, nếu chúng ta suy xét kỹ vấn đề, ta sẽ thấy rõ những tính chất độc ác và hung hãn của khuynh hướng thù hận. Trong một tâm trạng bình tĩnh và sáng suốt, thường thì bạn không thể tán đồng khuynh hướng ấy.

Khi chúng ta nuôi dưỡng ý niệm trả thù, điều đó tạo ra một cái vòng luẩn quẩn tồi tệ. Khi bạn thực sự làm điều gì đó gây hại cho kẻ thù, người ấy cũng sẽ không chấp nhận bỏ qua, và vì thế mà một hành động trả miếng tất nhiên là sớm muộn gì rồi cũng sẽ xảy ra. Khi đó, bạn lại dồn mọi nỗ lực của mình vào việc... trả miếng thật đích đáng. Và cứ thế mà mọi việc tiếp diễn theo khuynh hướng ngày càng tệ hại hơn.

Khi hận thù không chỉ giữa hai cá nhân mà xảy ra giữa hai phe nhóm hoặc cộng đồng, quốc gia... sự việc sẽ càng đáng sợ hơn, bởi vì nó có thể tiếp tục truyền nối qua nhiều thế hệ.

Kết quả tất yếu là cả hai phía đều sẽ chất chồng ngày càng nhiều đau khổ. Điều đáng buồn nhất là trong những trường hợp đó, các thành viên cộng đồng thường có khuynh hướng bị đầu độc bởi sự thù hận ngay từ khi vẫn còn thơ ấu. Vì thế, thật vô cùng khó khăn để bất cứ ai trong những cộng đồng này có thể thức tỉnh và thoát được ra khỏi sự thù hận.

Một số người cho rằng thù hận có công năng tạo ra sức mạnh đối kháng, và vì thế nó có lợi cho một cộng đồng trong sự cạnh tranh với những cộng đồng khác. Điều này là đúng, nhưng chỉ là một giá trị nhất thời trên bề mặt của vấn đề mà thôi. Cũng tương tự như khi một vận động viên dùng thuốc kích thích để đạt thành tích cao. Điều khác biệt ở đây là, thuốc kích thích bị xem như bất hợp pháp, còn thù hận thì chưa bị luật pháp ngăn cấm, cho dù rất nên làm như vậy. Sức mạnh có được do sự thù hận không chỉ hướng đến kẻ thù, nó còn hủy hoại ngay chính người nuôi dưỡng nó.

Sự thù hận là một trong những cảm xúc tiêu cực mạnh mẽ nhất. Nó như một ngọn lửa, khi bùng cháy lên sẽ có khuynh hướng thiêu đốt mọi thứ tiếp xúc với nó. Vì thế, khi chúng ta nuôi dưỡng sự thù hận, tác hại trước hết là bản thân chúng ta chứ không phải kẻ thù của ta. Bạn có thể tự mình phân tích những kinh nghiệm tự thân để thấy được tác hại của sự thù hận. Tâm trạng chúng ta trở nên nóng nảy, bồn chồn. Chúng ta không một phút nào được thanh thản, yên ổn, bởi vì sự thù hận bao giờ cũng đi kèm theo với sự căm tức, giận dữ. Dân gian thể hiện ý nghĩa này trong một so sánh giản đơn nhưng vô cùng chính xác, cụ thể: "Nóng mất ngon, giận mất khôn." Nói cách khác, thù hận làm chúng ta mất đi sự sáng suốt trong tâm trí, và vì thế mà dễ dàng tiếp tục sa lầy vào những khuynh hướng, quyết định sai lầm khác...

Vì thế, khi chúng ta buông bỏ sự thù hận, chúng ta giải thoát trước hết là cho bản thân mình. Sự thù hận đối nghịch và ngăn cản sự phát triển của lòng từ bi, do đó cũng ngăn cản chúng ta đạt đến một đời sống yên vui, hạnh phúc.

Xét cho cùng, khi ai đó làm thương tổn đến ta, sự thù hận không giúp ta hàn gắn hay bù đắp lại những thương tổn ấy. Nó chỉ làm được một điều duy nhất là gây thêm những thương tổn mới, cho bản thân ta và cho kẻ thù của ta. Bằng cách đó, nó lôi kéo thêm sự tiếp tay của kẻ khác để gây thương tổn cho ta càng nặng nề hơn nữa.

Hãy nhìn sự việc khi diễn tiến theo hướng ngược lại. Không mang lòng thù hận đối với kẻ đã gây thương tổn cho ta, có nghĩa là tha thứ. Sự tha thứ có công năng cảm hóa thay vì là khơi nguồn cho những ý tưởng thù hận. Người đã gây hại cho ta chắc chắn sẽ suy nghĩ lại về việc làm của mình và cảm kích trước sự tha thứ của ta. Nhưng trong trường hợp xấu nhất, nếu đó là một kẻ "không biết điều", thì ít nhất sự việc cũng sẽ trôi qua mà không gây thêm tác hại nào khác.

Về mặt bản thân chúng ta, quyết định tha thứ sẽ là một quyết định khôn ngoan nhất mà ta có được, bởi vì nó tránh cho ta việc lún sâu vào một chuỗi dài của những bất an và căng thẳng do thù hận mang đến. Những thương tổn của ta rồi cũng sẽ qua đi. Xét cho cùng, còn có biết bao nhiêu những thương tổn trong cuộc sống mà cho dù ta có muốn đem lòng thù hận cũng chẳng biết hận thù ai. Động đất, bão lụt, bệnh tật, hạn hán... mỗi năm cướp đi hàng ngàn sinh mạng trên trái đất này. Người thân của những nạn nhân ấy, nếu muốn thù hận cũng biết thù hận ai đây? Chúng ta không nên quá cố chấp, chỉ vì một thương tổn đã qua mà tiếp tục gây ra thêm nhiều thương tổn khác cho bản thân và cho người khác.

Nhưng chúng ta đôi khi cũng không thể chủ động hoàn toàn trong việc "gây thù chuốc oán" cùng ai đó. Chẳng hạn, do một sai sót vô tình hay cố ý, ta đã gây thương tổn cho ai đó. Và thay vì tha thứ, người ấy đã quyết định xem ta như một kẻ thù. Điều tốt nhất ta có thể làm trong trường hợp này là, cho dù bản thân ta bị người ấy xem như kẻ thù, ta cũng không nên đáp lại bằng sự thù hận tương tự. Thái độ này sẽ mở ra cho ta một cơ may hóa giải thù hận, thay vì là ngày càng gây thêm nhiều đau khổ cho cả đôi bên.

Nhưng một khi thù hận chưa thực sự được hóa giải thì những kẻ thù "bất đắc dĩ" như thế tất nhiên là vẫn luôn nỗ lực nhắm đến việc làm hại chúng ta. Vì thế, việc tha thứ hoặc đối xử tốt với họ trong trường hợp này không phải là việc dễ làm. Chúng ta cần có những cách nhìn sâu sắc hơn về vấn đề mới có thể chuyển hóa được những hoàn cảnh khó khăn như thế.

Một trong những cách nhìn có công năng giúp chúng ta chuyển hóa vấn đề là hãy xem những kẻ thù của chúng ta như điều kiện cần thiết để giúp ta thực hành việc phát triển lòng từ bi. Đứng từ góc độ này, họ không còn là những kẻ thù của ta nữa, mà là những người thầy, những người bạn tốt đã mang lại cho chúng ta cơ hội để thực hành lòng từ bi, sự cảm thông và kiên nhẫn.

Chúng ta nên biết rằng, cách nhìn nhận vấn đề như thế này là dựa trên những phân tích khoa học và hợp lý. Trong vô số những con người đang cùng ta sinh trưởng trên trái đất này, ta chỉ có cơ hội để tiếp xúc với một số rất ít mà thôi. Và trong số đó, những người thực sự thù hận ta, muốn làm hại ta, lại càng ít hơn, nếu không nói là rất hiếm. Chính số người hiếm hoi này mới là những người có thể giúp ta thực hành, rèn luyện lòng từ bi, sự cảm thông, tha thứ và kiên nhẫn của mình. Tất cả những đức tính tốt đó sẽ chẳng bao giờ thực sự trưởng thành trong ta nếu không có được những cơ hội hiếm hoi đối mặt với kẻ thù - không phải để ăn miếng trả miếng, mà là để yêu thương, tha thứ và cảm hóa. Xét từ góc độ này, những kẻ thù của ta rõ ràng là những bậc thầy, những người bạn tốt, và chúng ta cần biết ơn họ về điều đó.

Bạn có thể vẫn còn hoài nghi về lập luận này. Nhưng bạn hãy thử nghĩ đến trường hợp của các vận động viên cử tạ. Họ không thể tự nhiên mà có được sức mạnh hơn người làm cho chúng ta nể phục. Sức mạnh đó có được chính là nhờ qua những buổi luyện tập kiên trì với những quả tạ nặng nề trong phòng tập. Tất nhiên, việc nhấc những quả tạ mỗi ngày sẽ không dễ chịu chút nào. Họ phải gắng sức, đổ mồ hôi và mỏi mệt vì luyện tập. Nhưng bù lại, họ ngày càng khỏe mạnh hơn, có thể vượt qua những người khác nhờ vào sự kiên trì luyện tập cơ thể. Nếu không có những quả tạ nặng nề trong phòng tập, liệu họ có đạt được mục đích của mình hay chăng?

Trong ý nghĩa đó, những kẻ thù của ta là những "quả tạ" để giúp ta rèn luyện. Điều đáng nói hơn nữa là, trong phòng tập luôn sẵn có những quả tạ, còn những kẻ đối nghịch với ta thì không phải lúc nào cũng sẵn có. Vì thế, nói theo lẽ tự nhiên thì ta càng phải biết quý trọng, đánh giá cao những "cơ hội luyện tập" mà mình có được.

Lòng từ bi, sự cảm thông và đức kiên nhẫn không mang lại lợi ích cho những ai chỉ học biết suông qua lý thuyết. Chúng chỉ thực sự mang lại lợi ích cho ta thông qua việc thực hành trong đời sống hằng ngày. Và chúng ta phát triển được những đức tính ấy chính là nhờ vào sự thực hành, rèn luyện trong những trường hợp va chạm cụ thể. Bằng không, chúng ta chỉ có thể có được những tri thức về các đức tính ấy mà không bao giờ thực sự có được chúng trong tâm hồn.

Nếu bạn vào sống trong một tu viện giữa những người hòa nhã và tốt bụng để thực hành lòng từ bi, sự cảm thông và tha thứ, bạn sẽ chẳng có cơ hội nào để rèn luyện cả. Kết quả là bạn sẽ có cảm giác như mình đã có đủ những đức tính này, nhưng một khi môi trường thay đổi và bạn thực sự đối mặt với một sự thù nghịch, lăng mạ hay xúc phạm từ người khác, bạn sẽ không có khả năng để thực hành lòng từ bi, sự cảm thông và tha thứ trong những trường hợp khó khăn này. Ngược lại, nếu bạn đã từng tha thứ cho những kẻ thù của mình, có thể đối xử tốt với họ như bao nhiêu người khác, bạn có thể tin chắc rằng sự thực hành của bạn có thể mang lại cho bạn một cuộc sống yên vui, hạnh phúc.

Chuyển hóa sự thù hận không phải chuyện dễ dàng. Trong thực tế, đây có thể là một trong những việc khó làm nhất đối với hầu hết chúng ta. Tuy nhiên, nếu bạn chịu nhìn nhận vấn đề một cách khách quan và sáng suốt, chắc chắn bạn cũng sẽ đồng ý rằng đó là điều tốt nhất nên làm. Và để làm được, bạn cần dành nhiều thời gian suy nghĩ về vấn đề, cũng như thường xuyên mang ra thực hành ngay trong cuộc sống của mình. Một khi bạn đã làm được việc khó làm, điều tất yếu là bạn sẽ nhận được phần thưởng quý giá: một cuộc sống hạnh phúc hơn.

SỰ CỐ CHẤP VÀ LINH HOẠT

Những quan điểm, cách nhận thức của chúng ta đối với từng vấn đề nói riêng và với cuộc đời này nói chung không phải là một yếu tố bất biến. Mọi thứ đều liên tục thay đổi, và vì thế mà ngay cả bản thân ta cũng phải thay đổi một cách linh hoạt nếu muốn vươn đến sự hoàn thiện. Khi chúng ta không hiểu được điều này, chúng ta rất dễ rơi vào chỗ cố chấp, bảo thủ.

Có những giá trị tinh thần, những chuẩn mực đạo đức hay những nguyên tắc triết lý được tôn trọng gần như tuyệt đối trong một xã hội nào đó, vào một thời điểm nhất định nào đó, nhưng không phải là ở khắp mọi nơi và vào mọi thời đại. Môi trường thay đổi, hoàn cảnh thay đổi, và mọi giá trị, chuẩn mực hay nguyên tắc cũng cần thiết phải thay đổi mới có thể đảm bảo thích hợp với vai trò của chúng trong từng xã hội, từng thời đại khác nhau.

Vì thế, chúng ta cần phải có một sự linh hoạt nhất định trong việc tiếp cận với những giá trị mới. Trong một chừng mực nhất định, những giá trị mới có ý nghĩa rất quan trọng, thiết yếu cho sự hoàn thiện của cá nhân và cộng đồng.

Nhưng không phải tất cả những giá trị mới đều đáng tiếp nhận. Việc sản sinh ra những giá trị mới là quy trình tất yếu trong nỗ lực vươn lên của mỗi cá nhân cũng như toàn xã hội, nhưng trong số rất nhiều giá trị mới sản sinh, chỉ một số ít là thực sự có thể chấp nhận để trở thành những chuẩn mực mới.

Quan điểm mở rộng, linh hoạt và sẵn sàng tiếp nhận những giá trị mới không đồng nghĩa với việc đánh mất lập trường căn bản. Mỗi chúng ta đều có những niềm tin, nhận thức được thừa hưởng từ những thế hệ đi trước trong cộng đồng. Những niềm tin, nhận thức này đã đạt được qua quá trình chiêm nghiệm thực tế của tiền nhân, và nó có những giá trị cơ bản nhất định không thể phủ nhận.

Vấn đề nảy sinh ở đây là, làm thế nào để chúng ta có thể vừa duy trì được một cách nhất quán và kiên định những giá trị cơ bản trong niềm tin và nhận thức, mà vẫn có thể linh hoạt tiếp cận và mở rộng khả năng tiếp thu những giá trị mới?

Để làm được điều đó, chúng ta cần phải xác định được những yếu tố cơ bản cần thiết phải được duy trì. Chẳng hạn, đứng từ góc độ xây dựng một cuộc sống an vui hạnh phúc, chúng ta cần phải xác định những yếu tố cơ bản như là: những giá trị nhân bản chung, sự khao khát được sống hạnh phúc và không muốn khổ đau của tự thân cũng như của tất cả những người khác. Trên nền tảng của những giá trị cơ bản này, chúng ta mới xem xét việc tiếp thu bất cứ một giá trị mới nào được đưa ra. Điều đó có nghĩa là, việc tiếp thu bất cứ một chuẩn mực, nguyên tắc mới nào cũng không thể đi ngược lại các giá trị cơ bản nói trên.

Mở rộng quan điểm linh hoạt trên các lãnh vực khác của đời sống, điều trước tiên mà chúng ta cần làm là phải phân tích hệ thống những niềm tin và nhận thức hiện có của mình để xác định những giá trị cơ bản tối thiểu nào cần duy trì trong đó. Nếu chúng ta không làm được điều này, sẽ có hai khả năng xảy ra khi tiếp cận với những giá trị mới. Hoặc là việc tiếp nhận cái mới sẽ vô cùng khó khăn, và chúng ta trở thành cố chấp, bảo thủ. Hoặc là ta sẽ không giữ được bất cứ giá trị cơ bản nào của bản thân và cộng đồng, và chúng ta trở thành những kẻ mất gốc, không định hướng. Ngược lại, việc xác định và tuân theo những giá trị cơ bản mở ra cho chúng ta khả năng tiếp nhận dễ dàng những giá trị mới và đồng thời trở nên cởi mở, linh hoạt hơn trong việc ứng xử với các vấn đề nảy sinh trong cuộc sống hằng ngày.

SỰ CÂN BẰNG TRONG CUỘC SỐNG

Việc mở rộng quan điểm một cách linh hoạt không chỉ giúp chúng ta thích nghi tốt trong việc ứng xử với các vấn đề nảy sinh mỗi ngày trong đời sống, mà còn là nền tảng để hình thành một yếu tố quan trọng khác trong việc xây dựng đời sống hạnh phúc: sự cân bằng trong đời sống.

Mức độ cân bằng hay vừa phải có giá trị cực kỳ quan trọng trong sự tồn tại của bất kỳ sự vật nào. Người biết sống là người không bao giờ đi đến chỗ cực đoan trong bất cứ vấn đề nào. Đây không phải là một ý tưởng mang tính cách lý thuyết, mà là một nguyên tắc rất thiết thực có thể áp dụng vào mọi sự việc trong đời sống hằng ngày. Khi bạn trồng một cây non chẳng hạn, tưới nước quá nhiều hoặc quá ít đều có thể làm cây chết. Chỉ với một mức độ vừa phải thì cây mới có thể sống được và phát triển tốt. Để bảo vệ sức khỏe của con người cũng vậy, bạn cần một sự cân đối về dinh dưỡng. Bất cứ yếu tố nào quá nhiều hoặc quá ít đều có thể gây rối loạn hoặc bất lợi cho cơ thể.

Tinh thần và thể chất của chúng ta đều cần có một sự cân bằng để có thể phát triển trong điều kiện tốt nhất. Khi chúng ta tự thấy mình rất hài lòng với những thành quả đạt được trong cuộc sống đến mức dần trở nên kiêu căng, tự mãn, chúng ta cần biết suy ngẫm về những bất ổn và khổ đau thực sự vẫn đang tồn tại, cũng như những khía cạnh không hoàn thiện của đời sống. Điều này sẽ giúp chúng ta lấy lại mức độ cân bằng cần thiết vì nó giảm bớt sự hưng phấn thái quá. Ngược lại, khi chúng ta tự mình đắm sâu vào những ý tưởng tiêu cực, cảm thấy cuộc sống đầy những khó khăn, bất ổn và khổ đau... khiến cho tinh thần chúng ta trở nên suy sụp, chán nản, chúng ta cần biết nghĩ đến những thành quả nhất định mà mình đã đạt được, những phẩm chất tốt đẹp của bản thân, cũng như những khía cạnh tích cực trong đời sống... Điều này cũng sẽ giúp chúng ta lấy lại mức độ cân bằng cần thiết vì nó giải tỏa trạng thái trầm uất và làm cho ta phấn chấn hơn lên. Trong cả hai trường hợp, chúng ta đều phải tránh không rơi vào thái độ cực đoan, nghiêng hẳn về một phía.

Không chỉ ở phạm vi tâm lý cá nhân mà trong trường hợp của một cộng đồng hay toàn xã hội, những thái độ cực đoan đều luôn dẫn đến những kết quả bất lợi. Chúng ta cần biết cân nhắc và kết hợp nhiều yếu tố khác nhau liên quan đến vấn đề để đạt được giải pháp dung hòa thích hợp nhất. Trong quá trình rèn luyện tự thân cũng vậy, chúng ta cần có sự cân đối hài hòa giữa việc học hỏi những gì thuộc về lý thuyết với việc thực hành những tri thức đó trong cuộc sống. Chỉ nghiêng về mặt học hỏi lý thuyết mà thiếu sự thực hành, hoặc ngược lại, đều không thể giúp ta đạt đến những kết quả khả quan trong sự tu dưỡng.

Khuynh hướng cực đoan thường xuất phát từ nội tâm chúng ta hơn là do ngoại cảnh tác động. Đơn giản là vì yếu tố vật thể luôn có những giới hạn nhất định, nhưng những mong cầu trong lòng ta thì không có giới hạn.

Lấy một ví dụ, nếu sống trong cảnh nghèo khó chúng ta sẽ phải chịu đựng rất nhiều khó khăn vì thiếu thốn về mặt vật chất, và ta cần nỗ lực để vươn lên một cuộc sống đầy đủ hơn. Nhưng nếu chúng ta nhắm đến một cuộc sống xa hoa, phung phí, điều đó có nghĩa là ta đã nghiêng về một phía cực đoan của vấn đề. Những nhu cầu vật chất của chúng ta có một mức độ nhất định để thỏa mãn, vì thế chúng ta có thể hài lòng. Nhưng lòng ham muốn của chúng ta không có mức độ giới hạn nhất định, và nó có thể tiếp tục gia tăng bất kể là chúng ta đã đạt được đến mức độ nào. Vì thế, sự thật là không phải những nhu cầu vật chất thúc đẩy chúng ta đến chỗ cực đoan, mà chính là lòng ham muốn, là cảm giác không thỏa mãn trong nội tâm.

Đôi khi, sự thiếu hiểu biết, quan điểm hẹp hòi hoặc những cách nhìn phiến diện về sự việc cũng dẫn đến sự cực đoan, quá khích. Trong những trường hợp đó, chính bản thân chúng ta sẽ là người nhận lãnh hậu quả của sự cực đoan ấy. Lấy ví dụ như việc người ta đang tận dụng hàng loạt những phương tiện hiện đại để ráo riết đánh bắt cá trên các đại dương. Đây là một thái độ quá khích do thiếu sự hiểu biết toàn diện về vấn đề. Người ta chỉ nhìn thấy những nguồn lợi được thu về trước mắt, nhưng không thấy được những mối nguy hại lâu dài về sau cho môi trường, thậm chí dẫn đến làm tuyệt chủng nhiều loài cá. Để khắc phục những hành vi cực đoan loại này, chúng ta cần phải có sự mở rộng về mặt tri thức cũng như nhận thức để có thể hiểu đúng vấn đề một cách toàn diện.

Hầu hết chúng ta đều đã từng có một hoặc nhiều lần rơi vào chỗ cực đoan về một sự việc nào đó. Vấn đề là chúng ta phải biết nhận ra và sớm điều chỉnh để lấy lại sự cân bằng trong cuộc sống. Đây là một trong những yếu tố rất quan trọng giúp ta đạt đến một cuộc sống an vui hạnh phúc.

QUÁN XÉT KHỔ ĐAU

Chúng ta không ai muốn khổ đau, nhưng thực tế là không ai có thể tránh khỏi đau khổ. Hầu hết chúng ta đều đã từng trải qua những nỗi đau đớn về thể xác cũng như tâm hồn, với những mức độ khác nhau. Dù muốn hay không, chúng ta vẫn phải tiếp tục chịu đựng những nỗi đau khác nữa trong phần còn lại của cuộc đời mình. Bởi vì, xét cho cùng thì chúng ta chưa hề nhìn thấy và cũng không thể tưởng tượng ra được một cuộc sống bình thường lại không có khổ đau. Chẳng thế mà người ta vẫn thường nói: Đời là bể khổ.

Do tính cách phổ quát và mức độ thường xuyên phải tiếp cận, nên khổ đau có một ý nghĩa quan trọng trong đời sống của mỗi chúng ta, nhất là khi ta luôn hướng đến một đời sống an vui hạnh phúc. Nói cách khác, việc ta có thể sống an vui hạnh phúc hay không là tùy thuộc phần lớn vào cung cách mà ta tiếp nhận và chịu đựng những khổ đau trong đời sống.

Thật ra, khuynh hướng không muốn chịu đựng đau khổ của chúng ta là một khuynh hướng sai lầm, xuất phát từ sự thiếu hiểu biết về đau khổ. Ở đây, tôi muốn nói đến cả những nỗi đau về thể xác lẫn tinh thần. Trên cả hai bình diện lý thuyết và thực nghiệm, chúng ta đều có thể chỉ ra rằng sự vắng mặt hoàn toàn của khổ đau sẽ là một thảm họa cho con người. Và để thực sự hiểu thấu được điều đó, chúng ta cần phải biết quán xét những ý nghĩa tích cực của khổ đau.

Chúng ta sẽ bắt đầu với những nỗi đau đớn về thể xác, bởi vì ta thường nghĩ rằng những cảm giác khó chịu ở nhiều mức độ khác nhau này có vẻ như không mang ý nghĩa nào khác ngoài việc làm cho chúng ta... khó chịu.

Nghiên cứu khoa học đã chỉ rõ rằng cảm giác đau đớn là một phản ứng tích cực và tối cần thiết của cơ thể chúng ta trong việc tự bảo vệ chính mình. Trong trường hợp của những bệnh nhân mắc bệnh hủi, sự hủy hoại nặng nề xảy đến cho cơ thể họ không phải trực tiếp do căn bệnh gây ra, mà là do việc nó làm cho họ mất cảm giác đau đớn ở tay chân. Vì không có cảm giác đau đớn, họ có thể đi lại, chạy nhảy ngay trong khi chân họ đang bị thương tổn nặng. Và điều này làm cho thương tổn trở nên trầm trọng đến mức hủy hoại. Đôi khi, họ có thể đưa tay vào lửa để nhặt lấy một vật gì đó, bởi vì họ không cảm thấy đau đớn do lửa nóng. Họ cũng có thể ngủ yên trong khi những con chuột gặm nhấm ngón tay, ngón chân của họ...

Vì thế, cảm giác đau đớn rất cần thiết để bảo vệ chúng ta tránh khỏi những thương tổn thể xác. Nó báo hiệu sự nguy hiểm để ta tránh né, và đồng thời cũng cho ta kinh nghiệm để phòng ngừa trong tương lai. Mặt khác, cảm giác đau đớn còn là một tín hiệu kích thích toàn bộ cơ thể để kịp thời phản ứng với một điều kiện bất lợi nào đó trong môi trường.

Như vậy, cảm giác đau đớn là cần thiết cho sự tồn tại của cơ thể. Nhưng sự khó chịu do cảm giác đau đớn mang lại là không cần thiết, và có thể giảm nhẹ đi rất nhiều nhờ vào sự hiểu biết cũng như rèn luyện. Chúng ta gọi đây là khả năng chịu đựng đau đớn. Nếu như có những người vô cùng khó chịu khi phải trải qua đau đớn, đến mức tưởng như không sao chịu nổi, thì cũng có những người có thể bình thản chịu đựng cùng một nỗi đau đó mà không cho là quá đáng. Khả năng chịu đựng đau đớn khác nhau ở mỗi người là điều có thật, và sự rèn luyện có thể giúp chúng ta nâng cao khả năng chịu đựng của chính mình.

Một nhà tâm thần học người Do Thái là Victor Frankl đã từng bị giam giữ trong những trại tập trung của Đức quốc xã vào Thế chiến thứ hai. Ông đã tận dụng cơ hội này để quan sát và nghiên cứu tâm lý của những con người đang phải trải qua nỗi đau đớn cùng cực trong các trại tập trung khủng khiếp này, trong đó có cả bản thân ông. Có những người vượt qua được để sống còn, và có những người khác không chịu đựng nổi đã gục ngã. Ông đã xác định được một điều thú vị là khả năng chịu đựng và vượt qua đau đớn của chúng ta không phụ thuộc vào yếu tố thể lực, mà phụ thuộc vào sức mạnh tinh thần có được từ mục tiêu theo đuổi trong đời sống, từ việc hiểu được ý nghĩa đời sống, hoặc từ những kinh nghiệm đã từng trải. Vì thế, ông đã từng nói rằng: "Người ta sẵn sàng chịu đựng bất cứ nỗi khổ nào nếu như họ thấy được ý nghĩa của điều đó."

Đối với những nỗi đau về tinh thần, vấn đề tuy có phần trừu tượng hơn nhưng ý nghĩa lại có phần sâu sắc hơn. Chúng ta không thể trưởng thành về mặt tâm linh nếu không trải qua đau khổ. Một trong những chất liệu làm nên cuộc sống hạnh phúc của chúng ta chính là lòng từ bi, cũng được sinh khởi và nuôi dưỡng nhờ vào những khổ đau trong cuộc sống. Trong phần nói về phép quán từ bi, chúng ta có bàn đến việc hình dung những đau khổ của người khác để phát khởi tâm từ bi. Phép quán tưởng này sẽ không thực sự hiệu quả nếu như chúng ta không có được những kinh nghiệm tự thân trải qua đau khổ, bởi vì chúng ta không thể hiểu và cảm nhận được đầy đủ về tâm trạng đau khổ của người khác. Chính sự trải qua đau khổ là vốn quý giúp chúng ta làm được điều đó, và chính nhờ đó mới có thể nuôi dưỡng được lòng từ bi, sự cảm thông và tha thứ.

Khi thực tập lòng từ bi, chúng ta thường xuyên quán tưởng về những đau khổ của người khác với ý niệm chia sẻ và cứu giúp. Điều này cũng góp phần quan trọng trong việc nâng cao khả năng chịu đựng đau khổ của bản thân chúng ta. Khi chúng ta đau khổ, chúng ta thường cảm thấy khó chịu, không hài lòng về sự đau khổ đó, kèm theo cảm giác lo lắng, căng thẳng và oán trách những nguyên nhân đã mang đến đau khổ cho mình. Nếu đã từng thực tập lòng từ bi, những cảm xúc tiêu cực như trên sẽ bị triệt tiêu hoặc giảm nhẹ. Chúng ta sẽ nhận lấy đau khổ như một cơ hội để thực tập lòng từ bi một cách hiệu quả hơn, bởi vì thay vì phải hình dung ra những khổ đau thì ta có thể thực tế cảm nhận nó. Với ý niệm sẵn sàng vì người khác mà nhận lấy những khổ đau trong phép quán từ bi, chúng ta sẽ không thấy khó chịu khi bản thân mình thực sự đau đớn hay khổ sở. Chúng ta đã thấy được một ý nghĩa tích cực trong việc chịu đựng khổ đau, và vì thế mà khả năng chịu đựng của chúng ta sẽ trở nên mạnh mẽ khác thường.

Chúng ta đã bàn đến việc đối mặt và vượt qua những khổ đau trong cuộc sống. Trong ý nghĩa của khổ đau như vừa bàn đến, chúng ta còn thấy ra thêm một điều nữa: Chính sự chịu đựng những khổ đau trong cuộc sống là tiến trình tất yếu giúp chúng ta vươn lên hoàn thiện tâm hồn, và từ đó nhắm đến mục đích cuối cùng là một cuộc sống an vui hạnh phúc.

VƯỢT QUA TRỞ LỰC

SỰ CHUYỂN HÓA

Quá trình vươn đến một cuộc sống hạnh phúc xét cho cùng không gì khác hơn là sự chuyển hóa tất cả những yếu tố, năng lực tiêu cực để chúng trở thành tích cực trong đời sống. Chẳng hạn, sự thù hận cần được chuyển hóa thành sự cảm thông, tha thứ, sự ngu si cần được chuyển hóa thành sự hiểu biết... Nếu bạn cảm thấy mình không có bất cứ yếu tố tiêu cực nào cần được chuyển hóa, bạn sẽ không cần thiết phải nỗ lực vươn lên nữa, bởi vì bạn có thể đã trở thành một vị thánh nhân hiếm có trên mặt đất này.

Sự chuyển hóa từ một yếu tố tiêu cực sang tích cực, từ cái xấu sang cái tốt, không diễn ra như một quá trình tự nhiên. Nghĩa là bạn không thể ngồi yên để chờ đợi chúng xảy ra theo thời gian. Cần phải có những nỗ lực đúng hướng mới có thể mang lại sự chuyển hóa mà chúng ta mong muốn.

Lấy ví dụ, bạn muốn bỏ thuốc lá. Bạn cần thực hiện quá trình chuyển hóa từ một việc xấu là nghiện thuốc, bởi vì nó gây hại cho sức khỏe, sang một việc tốt là không hút thuốc, bởi vì nó có lợi cho sức khỏe. Chúng ta sẽ xem xét quá trình này qua một số giai đoạn cụ thể trước khi có thể đạt đến mục đích cuối cùng.

Trước hết, bạn cần có những hiểu biết, những thông tin đúng đắn về tác hại của thuốc lá. Không có những hiểu biết này, bạn sẽ thấy không cần bỏ thuốc, bởi vì bạn không thấy được tác hại của nó. Vì vậy, bước đầu tiên này là quan trọng, và bạn cần có càng nhiều càng tốt những thông tin chính xác về tác hại của thuốc lá. Bởi vì, càng hiểu biết nhiều và sâu sắc, bạn càng có động lực mạnh mẽ hơn trong việc bỏ thuốc. Lấy ví dụ, nếu động cơ bỏ thuốc của bạn chỉ là để giảm bớt chi tiêu, bạn sẽ không đủ ý chí để vượt qua những trở lực trong quá trình bỏ thuốc. Một động cơ nông cạn như thế chỉ có thể xuất phát từ sự thiếu hiểu biết về tác hại của thuốc lá. Như vậy, bước đầu tiên của một quá trình chuyển hóa chính là sự học hỏi, thu thập thông tin để nhận thức đúng về vấn đề.

Tiếp theo, bạn cần phải xem xét, phân tích và kiểm nghiệm lại những thông tin đã có được, nhằm mục đích củng cố niềm tin về những hiểu biết đã có được. Chẳng hạn, bạn có thể quan sát tự thân để xác nhận những tác hại của thuốc lá. Có đúng là thuốc lá có hại cho sức khỏe? Gây bệnh phổi? Nguy cơ ung thư? Tác hại đến những người thân chung quanh? ... Một số thông tin có thể được xác nhận bởi kinh nghiệm tự thân, một số thông tin khác chỉ có thể được xác nhận thông qua việc tìm hiểu thêm các nguồn thông tin khác. Tuy nhiên, mục đích của giai đoạn này là xác lập niềm tin về những gì đã biết. Chẳng hạn, bạn càng tin chắc vào những tác hại của thuốc lá thì động lực bỏ thuốc sẽ càng mạnh mẽ hơn. Vì thế, bước tiếp theo trong quá trình chuyển hóa là củng cố niềm tin về những hiểu biết, nhận thức đã có được.

Bước tiếp theo, căn cứ vào những hiểu biết về tác hại của thuốc lá, bạn phát triển sự tin chắc vào nhận thức của mình thành quyết tâm thực hiện việc bỏ thuốc. Quá trình học hỏi và tìm hiểu đã cho bạn biết rằng thuốc lá gây nhiều tác hại, và bạn đã tin chắc rằng những tác hại đó là có thật, vì thế không có lý do gì bạn lại tiếp tục làm một điều có hại cho chính mình. Và do đó, bạn hình thành quyết tâm bỏ thuốc lá. Như vậy, bước tiếp theo là phát triển nhận thức đã có về vấn đề thành quyết tâm thực hiện sự chuyển hóa.

Khi đã có quyết tâm bỏ thuốc lá, điều tất yếu là bạn sẽ hoạch định một chương trình cụ thể để bắt tay vào việc, nghĩa là thực sự tiến hành bỏ thuốc. Như vậy, bước tiếp theo trong quá trình chuyển hóa là biến quyết tâm thành hành động cụ thể.

Nhưng hành động chưa có nghĩa là sẽ đạt đến mục tiêu đề ra. Bạn có thể thành công trong việc bỏ thuốc lá hay không còn tùy thuộc vào việc bạn có vượt qua được những trở lực sẽ phát sinh trong quá trình hay không: cảm giác thèm thuốc, những thay đổi tâm sinh lý, thói quen lâu ngày... Vì thế, để vượt qua tất cả trở lực và đạt đến mục đích cuối cùng của sự chuyển hóa, cần có sự nỗ lực.

Đó là những giai đoạn thông thường sẽ trải qua của một quá trình chuyển hóa. Mỗi giai đoạn có những yêu cầu riêng, và sự đáp ứng tốt những nhu cầu đó sẽ đảm bảo cho một sự chuyển hóa thành công. Chẳng hạn, nếu bạn không thực hiện tốt việc tìm hiểu thông tin trong giai đoạn đầu tiên, bạn sẽ không thể hình thành quyết tâm đủ mạnh để tạo ra những nỗ lực cần thiết giúp vượt qua trở lực.

Lấy một ví dụ khác, khi bạn muốn thay đổi cách nhìn về kẻ thù của mình, theo khuynh hướng hóa thù thành bạn để tha thứ và đối xử tốt với họ, bạn cần phải thực hiện một quá trình chuyển hóa, từ những cách suy nghĩ, nhận thức trước đây của mình sang cách suy nghĩ mới, nhận thức mới. Bạn sẽ trải qua các giai đoạn như trên. Trước hết, bạn phải học hỏi và nghiền ngẫm để thấy rõ được những lợi ích của quan điểm mới trong cuộc sống của bạn, cũng như những tác hại của khuynh hướng thù hận. Tiếp đó, bằng vào những kinh nghiệm tự thân, bạn xác nhận và củng cố niềm tin về nhận thức mới. Trên cơ sở này, bạn hình thành quyết tâm thay đổi nhận thức. Khi đã có quyết tâm, bạn mới bắt đầu thực hành nhận thức mới về kẻ thù, về những người đối nghịch với mình. Khi thực hành, chắc chắn bạn sẽ gặp phải những trở lực nhất định, chẳng hạn như những phản ứng tiêu cực từ đối tượng, cảm giác thù hận sinh khởi theo quán tính... Để vượt qua được những trở lực ấy nhằm thay đổi hẳn nhận thức của mình theo chiều hướng mới, bạn cần có sự nỗ lực kiên trì. Và khi tất cả những giai đoạn này đều được thực hiện tốt, bạn sẽ hoàn tất được sự chuyển hóa từ một nhận thức tiêu cực đối với kẻ thù sang một nhận thức tích cực có khả năng nuôi dưỡng đời sống an vui hạnh phúc.

Tất cả những phương thức hướng đến một cuộc sống hạnh phúc như được trình bày trong tập sách này, nếu có khác biệt với những gì bạn vẫn nghĩ và làm từ trước đến nay đều đòi hỏi phải có một quá trình chuyển hóa như trên mới có thể vận dụng một cách thực tiễn vào cuộc sống. Vì thế, việc hiểu rõ về quá trình chuyển hóa là vô cùng quan trọng và có ý nghĩa quyết định liên quan đến tất cả những phương thức tu dưỡng hay rèn luyện tinh thần.

SỰ KHẨN THIẾT

Chúng ta luôn có khuynh hướng ảo tưởng về tính chất bền vững của đời sống. Mặc dù đời sống của chúng ta có thể chấm dứt bất cứ lúc nào - và vô số những trường hợp như thế đã diễn ra trước mắt chúng ta - nhưng chúng ta rất hiếm khi chiêm nghiệm về điều đó.

Trong thực tế, việc suy ngẫm về tính chất mong manh của đời sống - một tính chất hoàn toàn có thật - giúp mang lại cho chúng ta động lực thúc đẩy rất lớn lao khi theo đuổi bất cứ mục tiêu nào trong cuộc sống. Bởi vì điều đó tạo ra một ý niệm về tính chất khẩn thiết của mọi vấn đề. Nếu chúng ta không nỗ lực ngay hôm nay, vào lúc này, có thể là chúng ta sẽ không còn cơ hội để thực hiện điều mình mong muốn. Chính sự khẩn thiết đó sẽ kích thích mọi nỗ lực của chúng ta, tạo ra sự thôi thúc phải hoàn tất tâm nguyện hoặc đạt đến mục tiêu theo đuổi của mình càng sớm càng tốt. Vì thế, ý thức được sự khẩn thiết trong đời sống có ý nghĩa rất quan trọng, có thể giúp chúng ta tăng thêm sức mạnh trong việc thực hiện những sự chuyển hóa tích cực.

Đức Phật thường xuyên nhắc nhở các đệ tử của ngài về tính chất vô thường, tạm bợ của đời sống. Trong kinh Di giáo, Phật dạy rằng mạng người còn mất chỉ trong hơi thở. Ngài cũng chỉ rõ sự khẩn thiết của việc tu tập khi đưa ra hình tượng ngôi nhà rực lửa trong kinh Pháp Hoa. Ngài dạy: "Ba cõi thế giới như căn nhà đang cháy." (Tam giới như hỏa trạch.) Người ở trong căn nhà đang cháy cần phải thoát ra thì còn gì khẩn thiết hơn? Vì thế, người học Phật chưa thực sự đạt đến giải thoát thì nhất thiết không một giây phút nào buông lơi, ngơi nghỉ.

Trong cuộc sống thực tiễn, ý thức về sự khẩn thiết giúp chúng ta tăng thêm sức mạnh khi nỗ lực thực hiện những điều tích cực. Chẳng hạn, khi bạn muốn bỏ thuốc lá, nếu bạn nhận ra tính chất khẩn thiết của vấn đề, như sự suy sụp nhanh chóng của sức khỏe, sự phát triển trầm trọng của bệnh phổi... bạn sẽ không còn có thể buông thả, trì hoãn, mà phải quyết tâm thực hiện ngay việc bỏ thuốc. Tương tự, trong những hoàn cảnh có sự nguy hiểm đe dọa, chúng ta chắc chắn sẽ phải nỗ lực hết sức mình để nhanh chóng vượt qua. Những ví dụ điển hình có thể dẫn ra rất nhiều, như khi đất nước có chiến tranh, như khi phải đối mặt với những cơn bão, lụt... Chúng ta sẽ thấy là tất cả mọi người đều dốc toàn lực cho đến khi nào sự nguy hiểm qua đi.

Sự khẩn thiết trong đời sống không phải là một tính chất do chúng ta cố ý tưởng tượng ra để thúc đẩy những nỗ lực của mình. Nó là một tính chất có thật mà ta cần phải sáng suốt nhận ra. Hiểu được điều này, quá trình chuyển hóa những yếu tố tiêu cực trong đời sống sẽ diễn ra một cách nhanh chóng hơn nhờ vào sự thôi thúc tất yếu được tạo ra.

NHỮNG THÓI QUEN XẤU

Một trong những tính cách rất phổ biến của con người là thích làm những điều quen thuộc, theo những phương thức quen thuộc. Chính do nơi tính cách này mà có đôi khi chúng ta bám lấy những điều vẫn tự biết là không tốt, hoặc thậm chí có khi lập đi lập lại suốt đời một thói quen gần như vô nghĩa...

Điều này cũng là một trong các trở lực ngăn cản chúng ta thực hiện những chuyển hóa tích cực. Đôi khi chúng ta nhận thức được một điều gì đó là nên làm, nhưng điều đó đi ngược với những thói quen cũ của chúng ta, vì thế ta có cảm giác như không thể thay đổi được.

Nếu chúng ta tự quan sát lại chính mình, ta sẽ nhận biết được một điều là những thói quen chiếm phần lớn trong cuộc sống của chúng ta. Và hầu hết những thói quen ấy được hình thành một cách tự nhiên, không do sự chọn lọc có ý thức. Một số thói quen hình thành ngay từ khi ta còn chưa đến tuổi trưởng thành, xuất phát từ môi trường nuôi dưỡng và giáo dục. Một số thói quen khác do hoàn cảnh sinh sống, môi trường làm việc của chúng ta tạo nên. Có những thói quen có vẻ như vô hại, cũng có những thói quen tốt thúc đẩy sự tiến bộ của chúng ta, nhưng cũng có - và thường là rất nhiều - những thói quen thuận theo lối sống buông thả và do đó rất có hại cho sự tu dưỡng hoặc rèn luyện tinh thần.

Cho dù là thói quen thuộc loại nào, đặc điểm chung của chúng vẫn là, mỗi khi vì một lý do nào đó phải từ bỏ ta đều cảm thấy rất khó khăn. Cả tâm ý lẫn cơ thể chúng ta dường như đều có khuynh hướng giữ lại chúng mà không muốn thay đổi. Tuy nhiên, điều không may là hầu hết những thay đổi tích cực mà ta muốn thực hiện trong cuộc sống đều tất yếu phải đụng chạm đến những thói quen xấu.

Tuy nhiên, nếu chúng ta hiểu được tính chất của những thói quen, thì việc loại trừ chúng ra khỏi cuộc sống là điều hoàn toàn có thể làm được. Vấn đề ở đây là, không có thói quen nào được hình thành ngay tức khắc, mà tất cả đều cần có thời gian. Yếu tố thời gian lại là rất quan trọng. Thói quen được hình thành càng lâu thì càng khó dứt bỏ.

Nhưng khi muốn dứt bỏ một thói quen chúng ta lại thường không quan tâm đến yếu tố thời gian. Thường thì chỉ qua một thời gian rất ngắn chúng ta đã dễ dàng chán nản và nhận lấy thất bại. Lấy ví dụ, một người hút thuốc lá qua 10 năm, nay muốn bỏ thuốc trong vòng 10 ngày hoặc nửa tháng, điều đó có hợp lý chăng? Chính vì không hiểu được điều này mà có nhiều người thậm chí đã bỏ thuốc thành công qua một hai năm vẫn có thể rơi vào việc nghiện thuốc trở lại. Họ không biết rằng thời gian một hoặc hai năm là chưa đủ để xóa bỏ hoàn toàn một thói quen vốn đã tồn tại trong mười hay mười lăm năm trước đó.

Thật ra, việc trực tiếp dứt bỏ một thói quen là điều rất khó làm. Nhưng ta cũng có thể chọn phương thức thay thế thói quen này bằng một thói quen khác, tất nhiên là tích cực hơn. Và điều này sẽ dễ dàng hơn. Chúng ta đã biết, thói quen được hình thành nhờ vào sự lặp lại qua thời gian. Bằng vào tính chất này, ta sẽ có thể tạo ra những thói quen tích cực, có lợi để thay thế cho những thói quen xấu trước đây. Điều này sẽ giúp cho việc dứt bỏ các thói quen xấu trở nên dễ dàng hơn, vì nó chuyển phần lớn sự chú ý của chúng ta vào việc hình thành thói quen mới.

Những thay đổi tích cực luôn cần đến thời gian. Nhưng chỉ cần chúng ta có được bước tiến nhất định qua những nỗ lực của mình thì vấn đề không cần thiết phải nôn nóng.

Chúng ta cần phải có sự kiên trì trong quá trình vươn lên hoàn thiện. Và cũng cần nhớ rằng, những thay đổi càng lớn lao, quan trọng sẽ càng phải mất nhiều thời gian hơn. Xét cho cùng, mục tiêu theo đuổi của chúng ta là mục tiêu của cả một đời người, làm sao chúng ta có thể đánh mất sự kiên nhẫn chỉ trong một quãng thời gian ngắn?

GIẬN VÀ GHÉT

Chúng ta không thể biết được là bắt đầu từ lúc nào, vì có vẻ như ta đã hình thành nhận thức về thế giới bên ngoài cùng lúc với những cảm xúc giận và ghét. Cả hai cảm xúc này đều xuất phát từ sự không hài lòng về đối tượng, nhưng giận thường phát sinh - với nhiều mức độ khác nhau - ngay khi sự việc xảy ra, còn ghét có nhiều khả năng là một cảm xúc tích lũy từ nhiều sự việc.

Khi ai đó thực hiện một hành vi mà chúng ta không hài lòng đến mức độ muốn chặn đứng ngay hành vi đó, chúng ta nổi giận. Nếu hành vi không thể ngăn lại được, sự tức giận của chúng ta kéo dài và có thể phát triển ngày càng mạnh mẽ hơn kèm theo sự thôi thúc muốn làm điều gì đó để gây hại cho đối tượng.

Nhưng nếu mức độ không hài lòng chưa đủ mạnh để làm ta tức giận, nó sẽ tạo một ấn tượng xấu trong lòng ta và tạo ra sự không thích, ghét bỏ đối tượng. Sự lập lại nhiều lần sau đó sẽ nuôi lớn dần cảm xúc ghét bỏ này, khiến cho ta không muốn tiếp xúc với đối tượng hoặc có thể mong muốn những điều không tốt xảy ra cho đối tượng.

Chúng ta có thể minh họa cho những nhận xét trên qua việc phân tích một ví dụ cụ thể. Khi bạn nhìn thấy một người có hành vi ngược đãi một người khác, nếu hành vi đó ở mức độ rất nghiêm trọng, bạn sẽ tức giận. Nếu chỉ ở một mức độ nhẹ, bạn không tức giận nhưng cảm thấy không thích, điều đó khơi nguồn cho cảm xúc ghét bỏ đối tượng. Mặt khác, nếu người bị ngược đãi là một người thân của bạn, bạn có thể sẽ tức giận. Nhưng nếu là một người xa lạ, bạn cũng chỉ thấy ghét thôi. Nói cách khác, có sự tương quan giữa hai cảm xúc ghét và giận, tuy khác nhau về mức độ nhưng đều xuất phát từ sự không hài lòng về đối tượng.

Giận và ghét đều là những cảm xúc tiêu cực, là những trở lực mà chúng ta phải vượt qua để có thể đạt đến một đời sống hạnh phúc. Những cảm xúc này làm cho ta mất đi sự an ổn và sáng suốt, vì thế chúng có thể là nguyên nhân dẫn đến nhiều cảm xúc hoặc hành vi tiêu cực khác nữa.

Thật ra, nếu chúng ta phân tích sâu vào vấn đề, ta sẽ thấy được một điều là, những cảm xúc giận và ghét tuy phổ biến trong tất cả chúng ta, nhưng lại là những cảm xúc hoàn toàn không cần thiết. Chúng ta vẫn có thể sống tốt mà không cần đến chúng. Hay nói cách khác, chúng chỉ là những cảm xúc có hại cần loại bỏ.

Một số người cho rằng khía cạnh tích cực của giận và ghét là nó kích thích chúng ta hành động để điều chỉnh những điều sai trái trong xã hội. Nếu ta không biết giận kẻ ác, ghét kẻ xấu, thì xã hội sẽ không có động lực thúc đẩy để điều chỉnh những hành vi xấu ác.

Nhìn qua bề mặt của vấn đề thì quan điểm trên có vẻ như thật chính xác. Sự thật thì giận và ghét tuy có tạo ra những động lực nhất định, thậm chí có thể là những động lực rất mạnh mẽ, nhưng điều quan trọng là những động lực đó thường rất mù quáng, thiếu sáng suốt, bởi vì chỉ được định hướng bởi những cảm xúc giận và ghét, thay vì là bởi sự sáng suốt của lý trí.

Khi ta chống lại một ai đó do sự tức giận hoặc căm ghét, ta không có khả năng nhận ra được những ưu điểm hoặc khía cạnh đúng đắn của người ấy. Chính vì thế mà tục ngữ đã có câu: "Nóng mất ngon, giận mất khôn." Hơn thế nữa, năng lượng sản sinh do những cảm xúc giận và ghét là một kiểu năng lượng tiêu cực, không chỉ nhắm đến đối tượng, mà còn - và chủ yếu là - gây tác hại đến chính bản thân chúng ta. Khi chúng ta giận giữ hay căm ghét ai, những năng lượng tiêu cực này nung nấu trong ta làm cho ta không một lúc nào được thanh thản, an vui.

Mặt khác, không có những cảm xúc giận và ghét không có nghĩa là ta sẽ luôn thỏa hiệp với những gì là xấu, ác. Trong thực tế, để có thể khách quan nhận ra được điều xấu, điều ác thì chúng ta cần đến một lý trí sáng suốt chứ không phải chỉ dựa vào những cảm xúc chủ quan. Và để loại bỏ cái xấu, cái ác trong cuộc sống, chúng ta không nhất thiết lúc nào cũng phải đối nghịch mà còn có thể - và cần thiết phải - chuyển hóa được chúng.

Trong thực tế, việc tiêu diệt những điều xấu ác bằng vào sức mạnh đối nghịch rất thường dẫn đến thất bại. Nói chính xác hơn là chỉ có thể đạt được những kết quả tạm thời. Khi sức mạnh đối nghịch của ta suy yếu, sự xấu ác sẽ nhanh chóng phát triển trở lại. Ngược lại, quá trình chuyển hóa những điều xấu ác có thể diễn ra khá chậm chạp và khó khăn hơn, nhưng điều chắc chắn là một khi đã hoàn tất thì sẽ loại bỏ đến tận gốc rễ sự xấu ác.

Khi biết được những tác hại của việc hút thuốc lá đối với cá nhân và xã hội, chúng ta ban hành những lệnh cấm hút thuốc thật nghiêm khắc ở nơi công cộng, trong phòng họp, tại văn phòng làm việc... và nhiều nơi khác nữa. Điều này có vẻ như mang lại hiệu quả tức thời. Mọi người sẽ tuân thủ và ngay tức khắc ta không còn thấy có ai hút thuốc ở những nơi bị cấm. Nhưng những người nghiện thuốc vẫn còn đó. Và họ hút thuốc ở những nơi khác. Một thời gian qua, lệnh cấm của chúng ta không còn nghiêm ngặt nữa, và khói thuốc dần dần quay trở lại với những nơi trước đây nó đã từng ngự trị, có thể là ngay cả khi những tấm biển cấm hút thuốc vẫn còn đó.

Nhưng nếu chúng ta giải quyết vấn đề bằng những cuộc vận động và giáo dục sâu rộng trong toàn xã hội về tác hại của việc hút thuốc lá, hỗ trợ những điều kiện cụ thể và khuyến khích mọi người bỏ hút thuốc lá. Điều này tất nhiên là phức tạp, khó thực hiện hơn, và có vẻ như mang lại hiệu quả một cách chậm chạp hơn. Nhưng khác biệt ở đây là, sự giảm thiểu khói thuốc sẽ có giá trị lâu dài, bởi vì những người nghiện thuốc đang dần dần bỏ hẳn việc hút thuốc. Và chúng ta có thể yên tâm trong việc duy trì những kết quả đã có được.

Vì thế, ta vẫn có thể kết luận một cách khách quan là ngay cả việc đối phó với điều xấu ác cũng không cần đến những cảm xúc giận và ghét. Trong thực tế, có rất nhiều người đã chuyển hóa được những cảm xúc này, và họ sống thanh thản, hạnh phúc hơn hẳn mà không gặp phải vấn đề gì khi không còn ghét giận bất cứ ai.

Vậy thì, liệu những con người bình thường như mỗi chúng ta đều có thể nỗ lực để loại bỏ những cảm xúc tiêu cực này được chăng? Câu trả lời là được. Tất nhiên là với những hiểu biết nhất định và sự kiên trì. Vì như đã nói, chúng ta có những cảm xúc giận và ghét ngay từ khi nhận thức được cuộc đời này, nên việc loại bỏ chúng tất nhiên không thể là một việc xảy ra trong một sớm một chiều.

Khi những cảm xúc giận và ghét sinh khởi, chúng ta không thể chỉ đơn giản là đè nén, kiềm chế chúng. Điều đó đôi khi cũng có thể có hiệu quả tức thời, nhưng thường là dẫn đến thất bại. Và thậm chí nếu chúng ta có thành công trong việc đè nén những cảm xúc này thì đó cũng là một việc không nên làm, vì nó chỉ có hiệu quả nhất thời và tạo ra một sự ẩn ức tâm lý rất tai hại về sau.

Vì thế, phương thức tốt nhất để loại trừ giận và ghét là phát triển những đức tính đối trị được chúng: sự kiên nhẫn và lòng khoan dung. Với sự phát triển của các đức tính này, chúng ta dần dần chuyển hóa được những cảm xúc giận và ghét, thay vì là đối nghịch để triệt tiêu chúng. Bởi vì, về mặt nguyên tắc, tất cả những cảm xúc của chúng ta đều là một dạng năng lượng phát sinh từ khả năng tiếp xúc và nhận thức về môi trường quanh ta. Khi chúng ta vẫn còn có khả năng đó thì không một cảm xúc nào có thể triệt tiêu cả, ta chỉ có thể chuyển hóa từ một cảm xúc này sang một cảm xúc khác mà thôi.

Khi chúng ta nuôi dưỡng và phát triển sự kiên nhẫn, lòng khoan dung, mỗi sự việc xảy ra sẽ không khơi dậy cảm xúc giận và ghét trong lòng ta, hoặc nếu có, ta cũng sẽ có đủ khả năng vượt qua được. Với sự kiên nhẫn, ta có thể bình thản quan sát sự việc và sáng suốt nhận ra những điểm tích cực hoặc tiêu cực trong đó, đồng thời nghĩ ra được những phương thức ứng xử hợp lý, hiệu quả hơn thay vì là nổi giận. Ta biết được rằng sự nổi giận của chúng ta không phải là một cách giải quyết vấn đề, mà hoàn toàn chỉ là một cảm xúc nảy sinh theo quán tính. Khi ta biết được như thế, ta không còn đồng tình, nuôi dưỡng cơn giận, mà quay sang tập trung vào việc tìm kiếm giải pháp thực tiễn cho sự việc. Điều này cắt đứt nguồn năng lượng tinh thần cần thiết để nuôi dưỡng cơn giận. Vì thế, tất yếu là nó sẽ tàn lụi đi như một bếp lò bị rút sạch không còn than củi.

Tương tự, khi chúng ta sinh khởi cảm xúc ghét bỏ ai, đó là vì chúng ta thiếu lòng khoan dung. Mỗi một hành vi sai trái hay một khía cạnh không tốt của ai đó đều có những nguyên nhân nhất định mà nếu hiểu rõ được ta có thể rộng lòng tha thứ. Khi phát triển lòng khoan dung, ta không nhìn sự việc với khuynh hướng bắt lỗi nữa, mà là theo khuynh hướng tìm lý do để tha thứ. Vì thế, trong hầu hết các trường hợp ta đều có thể tha thứ thay vì là ghét bỏ. Có thể hình dung trong khả năng xấu nhất là ta hoàn toàn không thấy có lý do nào đáng để tha thứ, thì ta vẫn có thể tha thứ vì sự dại dột của đối tượng, đã không biết rèn luyện, tu dưỡng để trở nên người tốt.

Như đã nói, việc loại bỏ những cảm xúc ghét giận và phát triển sự kiên nhẫn, lòng khoan dung cũng là một quá trình chuyển hóa từ những yếu tố tiêu cực trở thành tích cực. Vì thế, chúng ta vẫn phải cần đến sự hiểu biết và kiên trì để vượt qua những giai đoạn cần thiết của quá trình.

Chúng ta sẽ bắt đầu với sự học hỏi, suy ngẫm về những tác hại của các cảm xúc ghét, giận và những lợi ích của sự kiên nhẫn, lòng khoan dung. Về những điều này, sự phân tích nội tâm là vô cùng quan trọng, bởi vì chúng ta đang tìm hiểu về những cảm xúc của chính mình mà không phải là của ai khác. Chúng ta có thể hình dung những trường hợp tức giận hay ghét bỏ ai, hoặc thực nghiệm ngay với những cảm xúc này khi chúng sinh khởi, và phân tích những tác hại mà chúng mang lại cho tâm hồn chúng ta. Chúng ta cũng thực hành sự kiên nhẫn và khoan dung tha thứ với một ý thức tỉnh táo để phân tích những lợi ích mà chúng mang lại cho tâm hồn.

Khi một ai đó tức giận, bạn cũng có thể tận dụng cơ hội này như một bài tập thực hành. Hãy lặng lẽ quan sát người ấy từ xa và chú ý phân tích mọi tác động của cơn giận lên con người ấy. Bạn sẽ thấy được những thay đổi rất cụ thể về cung cách, cử chỉ, ngôn ngữ... của một người đang giận. Tất nhiên là với một sự quan sát khách quan, bạn sẽ thấy rõ đó không phải là những hình ảnh đẹp. Ghi nhớ điều đó và tự hứa với lòng mình: "Tôi sẽ không bao giờ để cho những cơn giận chi phối giống như người ấy."

Bạn không thể loại bỏ ngay tức thì những cảm xúc giận và ghét. Vì thế, vẫn có một lúc nào đó bạn nổi giận. Đừng tự trách mình, nhưng hãy sử dụng ngay cơ hội này để thực hiện một bài tập. Sau cơn giận, khi đã có thể bình tĩnh hơn, hãy ngồi yên và nhớ lại tất cả những gì diễn ra trong lòng khi bạn nóng giận. Hãy phân tích những cảm giác khó chịu, bực tức hoặc nóng nảy... và xác định rõ tính chất tiêu cực, không tốt đẹp của chúng đối với tâm hồn. Cuối cùng, hãy tự nhủ: "Nếu tôi khôn ngoan hơn, tôi đã không phải chịu đựng cơn giận này. Vì thế, trong tương lai tôi sẽ không bao giờ để cho cơn giận chi phối như thế nữa."

Trong thực tế, những bài tập như trên có thể phải lập lại rất nhiều lần trước khi bạn có thể hoàn toàn chuyển hóa được những cơn giận hay cảm xúc ghét bỏ. Nhưng điều cần thiết là không được nản lòng và tự trách mình. Bạn cần có thời gian, đó là điều tất yếu. Và cho dù bất cứ mức độ nhỏ nhoi nào bạn đạt được trong sự rèn luyện này cũng đều đáng khích lệ hơn là một sự buông thả. Bạn cần phải củng cố niềm tin vào mục tiêu theo đuổi của mình và hình thành quyết tâm thực hiện cho bằng được những điều tốt đẹp để đạt đến mục tiêu ấy.

Điều cuối cùng cần nêu ra ở đây vẫn là sự nỗ lực và kiên trì. Bạn sẽ thành công, nhưng đừng bao giờ đòi hỏi là ngay vào lúc này. Bởi vì như đã nói, quá trình chuyển hóa tất yếu phải cần có thời gian.

THAY LỜI KẾT

Có rất nhiều yếu tố khác nhau liên quan đến một cuộc sống hạnh phúc thật sự. Trong đó, có thể tạm chia thành hai nhóm: nhóm yếu tố thuộc về ngoại cảnh, bao gồm các điều kiện vật chất và các tác động đến từ bên ngoài nói chung, và nhóm yếu tố thuộc về nội tâm, bao gồm những phẩm chất tâm hồn, những tình cảm, cảm xúc hay tư tưởng, nhận thức nói chung...

Khi những yếu tố thuộc về ngoại cảnh hoàn toàn thuận lợi, chúng có thể mang lại cho ta một cuộc sống êm ả, thỏa mãn. Ta có thể có được tâm trạng hài lòng và vui vẻ, lạc quan yêu đời. Tuy nhiên, khả năng này hầu như rất hiếm khi xảy ra, vì sự thật là chúng ta thường có quá nhiều mong cầu đến nỗi rất khó mà có thể cùng lúc đạt được tất cả. Và ngay cả khi điều này xảy ra, chúng ta vẫn có thể biết chắc một điều là nó sẽ không thể tồn tại lâu dài. Bởi vì tất cả những điều kiện vật chất luôn bấp bênh thay đổi, và sự thay đổi của chúng lại tất yếu dẫn đến thay đổi tâm trạng của ta. Hơn thế nữa, chúng còn có tác động nuôi lớn lòng ham muốn, làm cho chúng ta càng phụ thuộc nhiều hơn vào các điều kiện vật chất. Vì thế, cảm giác thỏa mãn do các điều kiện ngoại cảnh mang lại không phải là hạnh phúc chân thật, và nó rất mong manh, không thường tồn. Mặc dù vậy, nhóm yếu tố thuộc về ngoại cảnh vẫn là cần thiết trong việc đáp ứng những nhu cầu vật chất tối thiểu để góp phần tạo nên một đời sống hạnh phúc.

Điều kiện quan trọng hơn để đạt đến cuộc sống hạnh phúc chân thật chính là nhóm yếu tố thuộc về nội tâm. Đó là những phẩm chất tốt đẹp, những nhận thức đúng đắn, những quan điểm ứng xử thích hợp, có thể giúp chúng ta đạt

147

đến một tâm trạng thanh thản vui sống, là cơ sở để đạt đến một đời sống yên vui hạnh phúc. Hạnh phúc chân thật đạt được bằng vào những yếu tố này sẽ có thể tồn tại bất chấp nghịch cảnh, bất chấp sự thay đổi thường xuyên của các điều kiện bên ngoài.

Tuy nhiên, việc phân tách thành các nhóm yếu tố như trên chỉ là những phác họa về mặt lý thuyết. Trong thực tế, mỗi người chúng ta luôn ở vào một trạng thái phức tạp pha lẫn nào đó chịu sự tác động tích cực và tiêu cực từ cả hai nhóm yếu tố. Sự phân loại như trên chỉ nhằm mục đích vạch ra cho chúng ta một hướng đi đúng đắn trên con đường vươn đến một đời sống an vui hạnh phúc.

Chúng ta đã thảo luận khá nhiều về những yếu tố và phương thức tích cực, và bằng vào việc phát huy những yếu tố tích cực, chuyển hóa những yếu tố tiêu cực, chúng ta có thể hoàn thiện được tâm hồn để đạt đến một cuộc sống an vui hạnh phúc. Tuy nhiên, khép lại vấn đề ở đây hãy còn là quá sớm. Một mặt, những gì đã bàn đến cần thiết phải được mang ra áp dụng trong thực tế đời sống. Mặt khác, những gì đã bàn đến cũng chỉ là một số khía cạnh nổi bật, cơ bản nhất mà thôi. Phạm vi giới hạn của quyển sách này tất nhiên không cho phép chúng ta thảo luận vấn đề một cách chi tiết và đầy đủ hơn.

Mặc dù vậy, người viết vẫn tin rằng đây là bước khởi đầu cần thiết và tạm đủ để xây dựng một nền tảng cơ bản cho việc hướng đến đời sống hạnh phúc. Hơn thế nữa, nếu nhìn vấn đề một cách tương đối thì cho dù chưa đạt đến một tâm trạng hoàn toàn thanh thản, chúng ta vẫn có thể gặt hái được những kết quả tích cực nhất định, giúp cho cuộc sống này bớt phần khổ đau hơn trước.

Trong cuộc sống có rất nhiều việc nên làm, và khi bạn đọc xong tập sách này, tôi tin là bạn cũng nhận thấy có thêm ít nhất là một vài điều nên làm nữa. Tuy nhiên, tất cả những điều ấy sẽ hoàn toàn không có ý nghĩa gì nếu như chỉ nhận được một sự đánh giá tích cực là nên làm. Điều quan trọng tất yếu là chúng phải thực sự được mang ra áp dụng trong cuộc sống mới có thể mang lại hiệu quả tích cực cho chúng ta.

Nếu bạn hài lòng với một phương thức tích cực nào đó và nói: "Hay lắm, ngày mai tôi sẽ thử xem sao." Tôi đoán là bạn sẽ có rất ít cơ may thực hiện thành công phương thức ấy. Sở dĩ như vậy là vì có một khoảng cách rất lớn giữa hôm nay và ngày mai.

Chúng ta có rất nhiều việc để làm vào ngày mai, và thường thì trong số đó có rất ít việc thực sự được làm. Hơn thế nữa, hầu hết những việc thực sự được làm vào ngày mai thường không do ta chủ động chọn lựa, mà phụ thuộc rất nhiều vào những gì xảy ra kể từ bây giờ cho đến ngày mai đó. Và cuối cùng, khái niệm ngày mai thường được ta mở rộng hơn nhiều so với nghĩa gốc của nó là 24 giờ kể từ lúc này.

Những điều vừa nói là một thực tế rất thông thường. Nhưng còn có một thực tế khác nữa mà chúng ta cũng đã từng nhắc đến: bạn không thể biết chắc là có còn tồn tại trên đời này vào ngày mai hay không. Nhiều người cho đây là một ý tưởng bi quan, nhưng thực ra cần phải hiểu ngược lại. Chấp nhận ý tưởng này, chúng ta mới thấy được ý nghĩa thôi thúc của những việc nên làm trong cuộc sống. Buông lơi ý tưởng này, ta sẽ phó mặc cuộc đời mình cho sự đưa đẩy tình cờ mà không thể có đủ ý chí để phấn đấu vươn lên sự hoàn thiện. Vì thế, đây phải được hiểu là một ý tưởng hoàn toàn tích cực, nếu không muốn nói là tối cần thiết cho một cuộc sống hướng thượng.

Vì thế, tôi khuyên bạn hãy tập thói quen quyết định mọi việc - nếu có thể được - ngay hôm nay, vào lúc này, mà không phải là đợi đến ngày mai. Phương Tây có một câu cách ngôn mang ý nghĩa tương tự: "Những gì làm được hôm nay, đừng đợi đến ngày mai." Nếu chúng ta chưa hiểu hết ý nghĩa này, chúng ta chưa thể hé mở được cánh cửa bước vào tòa nhà hạnh phúc.

Và khi chúng ta hiểu được ý nghĩa này rồi thì một ngày đối với chúng ta sẽ vô cùng quan trọng. Bởi vì một ngày đó chính là hôm nay, là cơ hội thật có của chúng ta. Cho dù vẫn là mong manh, nhưng nó là chắc thật nhất trong những gì mong manh của cuộc sống vô thường này.

Chúng ta chỉ có thể làm được bất cứ điều gì ta nhận biết là nên làm để tự chuyển hóa cuộc đời mình, khai sinh một cái ta hướng thượng ngay trong hôm nay hoặc là sẽ không bao giờ cả. Khi chúng ta vượt qua được một ngày với những việc nên làm, ta biết chắc là mình có đủ năng lực để vượt qua một đời. Khi ta băn khoăn không thể quyết định được phải làm những gì trong một ngày, ta sẽ tiếp tục hoang mang trong suốt một đời.

Có người hỏi tôi về sự thanh thản, tôi đã không ngần ngại trả lời: "Người thanh thản nhất luôn biết chắc sẽ làm gì hôm nay, ngày mai và mãi mãi." Khi bạn biết chắc như thế, có nghĩa là bạn đã định hướng được cho cả đời mình. Và vì thế, cho dù bạn có thể bận rộn suốt 24 giờ trong ngày, bạn vẫn giữ được sự thanh thản trong tâm hồn. Ngược lại, nếu bạn băn khoăn không biết chắc sẽ làm gì hôm nay, ngày mai... thì cho dù bạn chỉ phải làm việc vài giờ trong một ngày, lòng bạn vẫn luôn đầy ắp sự bận rộn, lo toan.

Trao đổi về chủ đề này, rất nhiều người trong chúng ta sẽ nêu lên câu hỏi: Làm sao để có thể dành được thời gian cho những việc nên làm? Vâng, câu hỏi hoàn toàn hợp lý và mang tính phổ biến với hầu hết mọi người. Tôi có một vợ và hai con, ngày làm việc của tôi gắn liền với sự tồn tại của gia đình tôi,

Thay lời kết

chúng tôi cần phải sống, chúng tôi cần phải chi tiêu khoản này, khoản nọ... vì thế chúng tôi phải dành thời gian để kiếm tiền... vân vân và vân vân. Những hoàn cảnh tương tự như thế là có thật, và những mô tả đại loại như vậy sẽ đúng với hầu hết mọi người.

Nhưng câu hỏi tiếp theo được đặt ra cho tất cả chúng ta vào lúc này là: Chúng ta loay hoay tìm mọi cách để sống còn, nhưng rốt cuộc thì chúng ta sống để làm gì? Tôi nhớ lại cái vòng luẩn quẩn mà tôi đã được nghe kể từ thuở nhỏ về câu chuyện khôi hài "sống để ăn, ăn để sống...".

Trong thực tế, cuộc sống chúng ta có hai nhu cầu mà ít nhất cũng có thể xem là quan trọng như nhau: nhu cầu vật chất và nhu cầu tinh thần. Tôi dùng cụm từ "ít nhất cũng có thể" là bởi vì đến một lúc nào đó, khi nhận thức của chúng ta hoàn chỉnh hơn, ta sẽ thấy là nhu cầu tinh thần - rất thường bị lãng quên - thậm chí còn quan trọng hơn cả nhu cầu vật chất.

Khi chúng ta buông thả tự thân, ta chỉ biết những nhu cầu mà cơ thể cần đến để tồn tại chứ không phải để sống. Chỉ khi nào vượt qua được sự buông thả do thói quen từ lâu đời tạo ra, ta mới bắt đầu có khả năng cảm nhận được những nhu cầu tất yếu về tinh thần. Khi ấy, chúng ta sẽ cảm thấy không thể sống nếu không được yêu thương, cảm thông, chia sẻ vui buồn cùng người khác... cũng tương tự như ta không thể tồn tại nếu không có món ăn, thức uống. Để đạt được điều này, ta chỉ có thể dựa vào những nỗ lực đúng hướng của tự thân mà thôi.

Vì thế, những khởi đầu ngay hôm nay là vô cùng quan trọng. Khi bạn nhận thức được việc rèn luyện tinh thần cũng quan trọng không kém miếng cơm manh áo, bạn sẽ thấy được sự vô lý của mình khi cho rằng không có thời gian để làm điều đó.

Tuy nhiên, bạn nên khởi đầu với một khoảng thời gian khiêm tốn để tránh tạo ra những thay đổi đột ngột trong cuộc sống. Mỗi ngày hai lần, mỗi lần khoảng 30 phút khi thức dậy vào buổi sáng và trước khi đi ngủ. Đây có thể là một sự sắp xếp phù hợp với đa số, nhưng bạn cũng có thể tự điều chỉnh cho phù hợp hơn với hoàn cảnh của mình. Điều quan trọng là hãy thực sự khởi làm ngay hôm nay.

Một cách cụ thể, bạn sẽ làm gì với quãng thời gian đó? Đơn giản là bạn hãy bắt đầu thực hành một trong những việc bạn cảm thấy nên làm, bằng vào việc ngồi yên lặng quán xét tự thân mình để nhận ra các yếu tố tiêu cực và bắt đầu quá trình chuyển hóa. Những chi tiết về từng yếu tố đã được trình bày, và phần việc của bạn là vận dụng những điều đó vào điều kiện của bản thân. Một cách kiên trì, bạn sẽ tuần tự làm việc này cho đến khi nào chuyển hóa được tất cả những yếu tố tiêu cực trở thành tích cực.

Điều này tất yếu cần đến rất nhiều thời gian, có thể là suốt phần đời còn lại của mỗi chúng ta. Nhưng vấn đề quan trọng là, ngay trong khi bạn thực hiện quá trình chuyển hóa này, bạn sẽ nhận ra rằng hạnh phúc luôn ở khắp quanh ta, không phải ở một thiên đàng xa xôi hay một ngày mai chưa đến.

MỤC LỤC

Lời nói đầu 5
Cuộc sống quanh ta 7
  Hạnh phúc cho mọi người 7
  Niềm vui - nỗi buồn 13
  Khuynh hướng so sánh 17
  Hạnh phúc đến từ đâu? 19
  Lòng ham muốn và sự hoàn thiện 23
  Những giá trị tự thân 27
  Hạnh phúc và sự thỏa mãn 29
  Sự rèn luyện tinh thần 31
  Những chuẩn mực tinh thần 39
  Nguồn hạnh phúc ban sơ 43
  Mục đích của đời sống 47
Những phẩm chất tốt đẹp 51
  Sống giữa những con người 51
  Cá nhân và cộng đồng 55
  Những quan hệ thân thiết 57
  Cảm thông và chia sẻ 63
  Nền tảng của những quan hệ 67
  Từ bi và ái luyến 71
  Nuôi dưỡng lòng từ bi 75
  Nhập từ bi quán 79
Hạnh phúc và khổ đau 83
  Đối diện khổ đau 83
  Đừng chuốc lấy khổ đau 89

Giải quyết những khó khăn..................................93
Sự hối lỗi và mặc cảm 99
Chấp nhận sự thay đổi...................................103
Thay đổi cách nhìn 107
Hóa thù thành bạn 113
Sự cố chấp và linh hoạt 119
Sự cân bằng trong cuộc sống.........................121
Quán xét khổ đau...125

Vượt qua trở lực 129
Sự chuyển hóa 129
Sự khẩn thiết 133
Những thói quen xấu 135
Giận và ghét 139

Thay lời kết..147

Lời thưa

Trong kinh Pháp Cú, đức Phật dạy rằng: "Pháp thí thắng mọi thí." Thực hành Pháp thí là chia sẻ, truyền rộng lời Phật dạy đến với mọi người. Mỗi người Phật tử đều có thể tùy theo khả năng để thực hành Pháp thí bằng những cách thức như sau:

1. Cố gắng học hiểu và thực hành những lời Phật dạy. Tự mình học hiểu càng sâu rộng thì việc chia sẻ, bố thí Pháp càng có hiệu quả lớn lao hơn. Nên nhớ rằng **việc đọc sách còn quan trọng hơn cả việc mua sách.**

2. Phải trân quý kinh điển, sách vở in ấn lời Phật dạy. Khi có điều kiện thì mua, thỉnh về nhà để tự mình và người trong gia đình đều có điều kiện học hỏi làm theo. Không nên giữ làm của riêng mà phải sẵn lòng chia sẻ, truyền rộng, khuyến khích nhiều người khác cùng đọc và học theo. Không nên để kinh sách nằm yên đóng bụi trên kệ sách, vì **kinh sách không có người đọc thì không thể mang lại lợi ích.**

3. Tùy theo khả năng mà đóng góp tài vật, công sức để hỗ trợ cho những người làm công việc biên soạn, dịch thuật, in ấn, lưu hành kinh sách, **để ngày càng có thêm nhiều kinh sách quý được in ấn, lưu hành.**

Thông thường, việc chi tiêu một số tiền nhỏ không thể mang lại lợi ích lớn, nhưng nếu sử dụng vào việc giúp lưu hành kinh sách thì lợi ích sẽ lớn lao không thể suy lường. Đó là vì đã giúp cho nhiều người có thể hiểu và làm theo lời Phật dạy. Mong sao quý Phật tử khắp nơi đều lưu tâm đóng góp sức mình vào những việc như trên.

TINH YẾU THỰC HÀNH PHÁP THÍ

- Mua thỉnh kinh sách về đọc, tự mình sẽ được rất nhiều lợi ích.

- Chia sẻ, truyền rộng bằng cách cho mượn, biếu tặng kinh sách đến nhiều người thì lợi ích ấy càng tăng thêm gấp nhiều lần.

- Đóng góp công sức, tài vật để hỗ trợ công việc biên soạn, dịch thuật, giảng giải, in ấn, lưu hành kinh sách thì công đức lớn lao không thể suy lường, vì có vô số người sẽ được lợi ích từ việc lưu hành kinh sách.

Milton Keynes UK
Ingram Content Group UK Ltd.
UKHW031119180324
439638UK00008B/416